# ENDALAÐA KARRY INDÍSKI MAÐKABÓKIN

100 INDVERSKAR UPPSKRIFTIR FYRIR KARRÝ, DALS, CHUTNEYS, MASALAS, BIRYANI OG FULLT AF UPPSKRIFTUM

**Sigurður Ívarsson**

**Fyrirvari**

Upplýsingunum sem er að finna í þessari rafbók er ætlað að þjóna sem alhliða safn aðferða sem höfundur þessarar rafbókar hefur rannsakað. Samantektir, aðferðir, ábendingar og brellur eru aðeins meðmæli frá höfundi og lestur þessarar rafbókar mun ekki tryggja að niðurstöður manns muni nákvæmlega endurspegla niðurstöður höfundar. Höfundur rafbókarinnar hefur lagt allt kapp á að veita lesendum rafbókarinnar núverandi og nákvæmar upplýsingar. Höfundur og félagar hans verða ekki ábyrgir fyrir óviljandi villu eða vanrækslu sem kunna að finnast. Efnið í rafbókinni getur innihaldið upplýsingar frá þriðja aðila. Efni frá þriðja aðila samanstanda af skoðunum frá eigendum þeirra. Sem slíkur tekur höfundur rafbókarinnar ekki ábyrgð eða ábyrgð á efni eða skoðunum þriðja aðila. Hvort sem það er vegna framfara internetsins, eða ófyrirséðra breytinga á stefnu fyrirtækisins og leiðbeiningum um ritstjórn, getur það sem fram kemur sem staðreynd þegar þetta er skrifað orðið úrelt eða óviðeigandi síðar.

# Sommario

# KYNNING

Saga karrýs bendir til margra landa og menningarheima. Frá Indlandi til Miðausturlanda og Asíu, karrý hefur um aldir verið undirstaða matargerðar. Það er nú að finna í skálum á borðstofuborðum um allan heim. Fólk af mörgum þjóðernum og þjóðerni hefur gaman af karrý.

Að búa til karrírétti getur veitt næstum jafn mikla ánægju og að borða þá. Þú getur byrjað frá grunni, eða, ef þú ert nýr í karrý, búið til réttinn þinn úr karrýmauki eða karrýdufti.

Ef þú býrð til þitt eigið duft geturðu bætt við auka innihaldsefnum eins og hvítlauk, kryddsalti eða öðrum tegundum af kryddi. Gott fyrsta karrí er kjúklingakarrí eða smjörkjúklingakarrí.

Þú getur sparað tíma og ekki fórnað bragði ef þú notar tilbúið karrýmauk. Þetta líma gerir þér kleift að undirbúa ljúffenga karrí eins og Korma eða Tikka Masala auðveldlega. Þú getur notað karrýmauk með grænmeti og kjöti og bætt við auka hráefni sem gleður góminn þinn.

Þegar karrýið þitt hefur verið útbúið geturðu borið það fram hitað með chutney og naan brauði !

# GRÆNNISKARRI

## 1. Thai karrý plokkfiskur

Gerir 4 skammta

**Hráefni:**

**Fyrir karrýmaukið:**

- 6 stilkaðir og fræhreinsaðir chili, þurrkaðir
- 1/2 tsk af salti, kosher
- 1 x botn 4" af skrældum, 1"-teningum sítrónugrasstöngli
- 2 matskeiðar af ferskum galangal, skrældar, skornar í sneiðar
- 2 matskeiðar af fersku túrmerik, skorið í sneiðar og afhýtt
- 1/2 bolli skalottlaukur, saxaður
- 1/4 bolli af hvítlauksgeirum helmingum
- 1 matskeið af rækjumauki, taílensk

**Fyrir soðið:**

- 2 pund. af klipptum, 1 & 1/2"-teningum nautakjöti
- 3 matskeiðar af sojasósu, taílensk

- 2 matskeiðar af tælenskum chili, malað og þurrkað
- 9 bollar af nautasoði, natríumsnautt
- 1 bolli skalottlaukur, helmingaður
- 3 skrældar gulrætur í helminga, þversum skornar, meðalstórar
- 6 frosin eða fersk kaffir lime lauf
- Til að bera fram: saxað kóríander og sneið basil

**Leiðbeiningar:**

a) Til að undirbúa karrýmaukið skaltu slá chili og saltið með stöpli í mortéli í 5-6 mínútur. Bætið hinum hráefnunum saman við hvert á eftir öðru í þeirri röð sem taldar eru upp hér að ofan, mulið hvert að fullu áður en þú bætir því næsta við. Þetta tekur samtals 15-20 mínútur.

b) Til að undirbúa plokkfiskinn skaltu sameina karrýmaukið með sojasósu, nautakjöti og chili í stórum potti. Hrærið jafnt og hyljið

c) nautakjöt vel. Hrærið af og til á meðan eldað er í 5-6 mínútur við meðalhita . Bætið soðinu út í. Látið suðuna koma upp.

d) Lokið og lækkið hitann í miðlungs lágan . Hrærið af og til á meðan það er kraumað í 2 til 2 og 1/2 klukkustund, þar til nautakjötið er orðið meyrt en er ekki enn að detta í sundur.

e) Hrærið lime laufum, skalottlaukum og gulrótum saman við. Látið malla í 10-12 mínútur þar til grænmetið er varla meyrt. Notaðu basil og kóríander til að skreyta og bera fram.

## 2. Sætkartöflu karrý

Gerir 4 skammta

**Hráefni:**

- 2 matskeiðar af canola olíu
- 1 tsk af sinnepsfræjum
- 1 tsk af kúmenfræjum
- 2 meðalstór saxaðir laukar
- Kosher salt, eins og þú vilt
- Pipar, malaður, að vild
- 3 fínsaxaðir hvítlauksgeirar
- 1 matskeið af skrældu, söxuðu engifer
- 1 & 1/2 tsk af túrmerik, malað
- Valfrjálst: 1 teskeið af garam masala kryddblöndu
- 1 klípa af pipar, cayenne
- 1 pund af niðurskornu, helmingaðri rósakáli
- 1 og 1/2 pund. af 1/2" sætum kartöflum í teningum og skrældar
- 1 x 15 aura dós af skoluðum kjúklingabaunum
- 2/3 bolli mjólk, kókos

- 2 saxaðar döðlur
- Til að bera fram: Grísk jógúrt

**Leiðbeiningar:**

a) Hitið olíuna í þungum, stórum potti á meðalhita . Bætið sinnepsfræjum og kúmeni út í. Hrærið oft á meðan eldað er í eina mínútu þar til sinnepsfræ byrja að springa.

b) Bætið lauknum út í og notið salt til að krydda. Hrærið oft á meðan eldað er í 5-7 mínútur, þar til laukurinn byrjar að mýkjast. Bætið engifer og hvítlauk út í.

c) Hrærið á meðan eldað er í 1-2 mínútur, þar til ilmandi. Bætið við og hrærið garam masala (valfrjálst), cayenne út í og túrmerik. Kryddið að vild.

d) Bætið við kjúklingabaunum, rósakáli og sætum kartöflum. Kryddið að vild. Bætið 2/3 bolla af vatni og kókosmjólk út í og hrærið. Látið suðuna koma upp. Lækkið hitann til að malla.

e) Eldið í 18 til 20 mínútur þar til grænmetið er orðið mjúkt. Hrærið döðlunum saman við. Látið pottinn standa ólokið og látið malla í 3-4 mínútur í viðbót. Berið fram með dúkkum af grískri jógúrt.

## 3. Grænmetiskarrí að tælenskum stíl

Gerir 6 skammta

**Hráefni:**

- 1 x 8,8 oz. pakki af hrísgrjónanúðlum, þunnt
- 1 matskeið af olíu, sesam
- 2 matskeiðar karrýmauk, rautt
- 1 bolli kókosmjólk, létt
- 1 x 32 oz. öskju af grænmetissoði eða natríumsnautt kjúklingasoði
- 1 matskeið af fiskisósu eða natríumsnauðri sojasósu
- 1 x 14 oz. pakki af tæmdu, í teningum, þéttu tofu
- 1 x 8 og 3/4-oz. dós af tæmdu, helminguðum barnamaís, heil
- 1 x 5-oz. dós af tæmdum bambussprotum
- 1 & 1/2 bollar af ferskum, sneiðum sveppum
- 1/2"-strimlaskorinn miðlungs rauður sætur pipar
- Fersk rifin basilíkublöð, eins og óskað er eftir
- Ferskir limebátar, að vild

**Leiðbeiningar:**

a) Undirbúið núðlurnar eftir leiðbeiningunum á pakkanum. Leggðu þær til hliðar.

b) Hitið olíu á meðalstórum potti. Bætið karrýmaukinu út í og eldið í 1/2 mínútu þar til það er arómatískt. Hrærið kókosmjólkinni smám saman út í þar til hún hefur blandast vel saman. Bætið við og hrærið út í sojasósu og seyði. Látið suðuna koma upp.

c) Bætið grænmeti og tofu í pottinn. Eldið í 3 til 5 mínútur, þar til grænmetið er mjúkt-stökkt. Tæmið núðlurnar og bætið þeim út í blönduna.

d) Toppið einstaka skammta með rifinni basilíku og berið fram ásamt ferskum limebátum, ef vill.

## 4. Eggaldin og myntu karrý

Gerir 4 skammta

**Hráefni:**

- 2 matskeiðar af kókosolíu
- 1 tsk af sinnepsfræjum
- 1 tsk af kúmenfræjum
- 3 saxaðir hvítlauksgeirar
- 1 matskeið af fersku, fínsöxuðu engifer
- 1 meðalstór, saxaður laukur
- Sjávarsalt, að vild
- 1 teskeið af túrmerik, malað
- 1 klípa cayenne pipar
- 2 rifnir tómatar, stórir - varasafi
- 5 bollar af 1/2"-teningum eggaldin
- 1 & 1/4 bollar af kjúklingabaunum, tæmdar og soðnar
- 4 teskeiðar af jalapeño, saxað smátt
- 1 smátt saxaður skalottur
- 1 matskeið af límónusafa, ferskur + aukalega til framreiðslu

- 1 tsk af hreinu hunangi
- 2 matskeiðar af ósykri kókos, flöguð
- 1 bolli af myntulaufum, gróft saxað
- 1/4 bolli af kóríanderlaufum, saxað gróft
- Malaður pipar, að vild
- Til að bera fram: hrein jógúrt

**Leiðbeiningar:**

a) Hitið olíuna í stórri pönnu á miðlungs hátt . Bætið sinnepsfræjum og kúmeni út í. Eldið í 1/2 mínútu og bætið engifer út í og hvítlauk.

b) Hrærið í 1-2 mínútur, þar til hvítlaukur byrjar að brúnast, og hrærið síðan lauknum og salti út í, eins og þú vilt. Hrærið oft á meðan eldað er í 4-5 mínútur, þar til laukurinn er orðinn mjúkur.

c) Bætið við og hrærið cayenne pipar og túrmerik út í. Bætið tómötum með safa. Bætið við 1/4 bolla af vatni, 1 klípa salti, kjúklingabaunum og eggaldin. Hrærið, lækkið síðan hitann niður í miðlungs lágt . Lokið pönnu. Látið malla í 14-16 mínútur þar til eggaldin er orðið meyrt.

d) Takið pönnuna af hitanum. Bætið jalapeño, hunangi, skalottlaukur og limesafa út í. Blandið myntu, kókos og kóríander saman við.

e) Kryddið að vild. Toppið með jógúrt og berið fram.

## 5. Tælensk gult grænmetiskarrí

Gerir 6 skammta

**Hráefni:**

- 8 grænir chili
- 5 rauðir asískir skalottlaukar, saxaðir
- 2 hvítlauksrif, mulin
- 1 msk smátt saxaður kóríanderstilkur og rót
- 1 sítrónugrasstilkur, aðeins hvítur hluti, smátt saxaður
- 2 matskeiðar smátt saxaður galangal
- 1 tsk malað kóríander
- 1 tsk malað kúmen
- 1 tsk malað túrmerik
- 1 tsk svört piparkorn
- 1 matskeið lime safi
- 3 matskeiðar olía 1 laukur smátt saxaður
- 200 g (7 oz) alhliða kartöflur, skornar í teninga
- 200 g (7 oz) kúrbít (courgette), skorinn í teninga
- 150 g (5½ oz) rauð paprika (pipar), skorin í teninga

- 100 g ($3\frac{1}{2}$ oz) helmingaðar baunir, snyrtar
- 50 g ($1\frac{3}{4}$ oz) bambussprotar, skornir í sneiðar
- 250 ml (9 oz/1 bolli) grænmetiskraftur
- 400 ml (14 oz) kókosrjómi taílensk basil, til að bera fram

**Leiðbeiningar:**

a) Setjið allt hráefnið í karrýmaukið í matvinnsluvél, eða í mortéli með stöpli, og vinnið eða hnoðið í slétt deig.

b) Hitið olíuna í stórum potti, bætið lauknum út í og steikið við meðalhita í 4-5 mínútur, eða þar til hann er orðinn mjúkur og aðeins gullinn. Bætið 2 matskeiðum af gula karrýmaukinu út í og eldið, hrærið, í 2 mínútur, eða þar til ilmandi.

c) Bætið öllu grænmetinu út í og eldið, hrærið, við háan hita í 2 mínútur. Hellið grænmetiskraftinum út í, lækkið hitann í meðalhita og eldið, undir loki, í 15-20 mínútur, eða þar til grænmetið er meyrt. Eldið, án loks, við háan hita í 5-10 mínútur, eða þar til sósan hefur minnkað aðeins.

d) Hrærið kókosrjómanum út í og kryddið með salti eftir smekk. Látið suðuna koma upp, hrærið oft, lækkið hitann og látið malla í 5 mínútur. Skreytið með tælenskum basilblöðum.

### 6. Laukur bhaji karrý

Gerir 4 skammta

**Hráefni:**

- 2 matskeiðar olía
- 1 tsk rifinn engifer
- 2 hvítlauksrif, mulin
- 425 g (15 oz) niðursoðnir niðursoðnir tómatar
- 1 tsk malað túrmerik
- ½ tsk chilli duft
- 1½ tsk malað kúmen
- 1 tsk malað kóríander
- 1½ msk garam masala
- 250 ml (9 oz/1 bolli) þykknað (þeyttur) rjómi
- söxuð kóríanderblöð
- 125 g (4½ oz/1¼ bollar) kjúklingabaunamjöl
- 1 tsk malað túrmerik
- ½ tsk chilli duft
- 1 tsk asafoetida
- 1 laukur, þunnt sneið

- olía til djúpsteikingar

**Leiðbeiningar:**

a) Hitið olíuna á pönnu, bætið engiferinu og hvítlauknum út í og eldið í 2 mínútur, eða þar til ilmandi. Bætið tómötum, túrmerik, chilidufti, kúmeni, kóríander og 250 ml (9 oz/1 bolli) af vatni út í. Látið suðuna koma upp, lækkið síðan hitann og látið malla í 5 mínútur, eða þar til það hefur þykknað aðeins.

b) Bætið garam masala út í, hrærið rjómanum saman við og látið malla í 1-2 mínútur. Takið af hitanum.

c) Til að búa til bhajis skaltu sameina besan, túrmerik, chilli duft og asafoetida með 125 ml (4 oz/½ bolli) vatni og salti eftir smekk. Þeytið til að mynda slétt deig og hrærið síðan lauknum saman við.

d) Fylltu djúpan, þungan pott með þriðjungi af olíu og hitaðu í 160°C (315°F), eða þar til brauðteningur féll í olíuna brúnast á 30 sekúndum.

e) Bætið skeiðum af laukblöndunni saman við í skömmtum og eldið í 1-2 mínútur, eða þar til þær eru gullinbrúnar yfir allt, hellið síðan af á pappírshandklæði. Hellið sósunni yfir bhajis og skreytið með kóríanderlaufum.

## 7. Spínatkóftas í jógúrtsósu

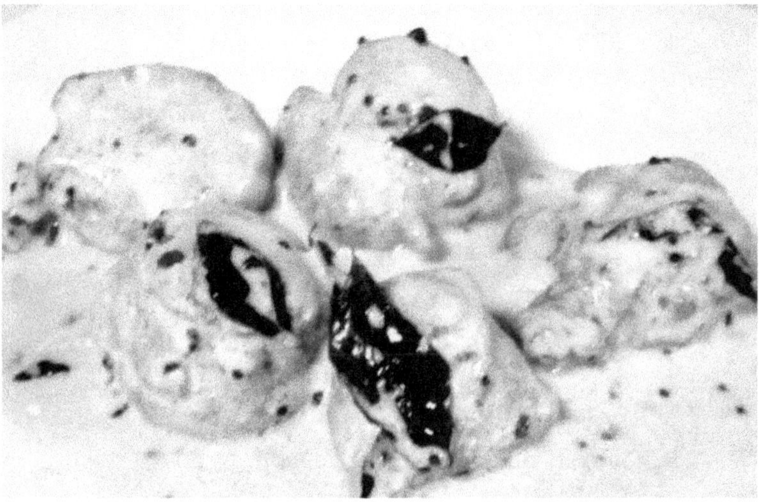

Gerir 4 skammta

**Hráefni:**

- 375 g (13 oz/1½ bolli) hrein jógúrt
- 35 g (1¼ oz/1/3 bolli) kjúklingabaunamjöl
- 1 matskeið olía
- 2 tsk svört sinnepsfræ
- 1 tsk fenugreek fræ
- 6 karrý leyfi
- 1 stór laukur, smátt saxaður
- 3 hvítlauksrif, mulin
- 1 tsk malað túrmerik
- ½ tsk chilli duft

**Koftas**

- 450 g (1 lb/1 búnt) enskt spínat
- 170 g (6 oz/1½ bolli) kjúklingabaunamjöl
- 1 rauðlaukur, smátt saxaður
- 1 þroskaður tómatur, smátt skorinn

- 2 hvítlauksrif, mulin
- 1 tsk malað kúmen
- 2 matskeiðar kóríanderlauf
- olía til djúpsteikingar

**Leiðbeiningar:**

a) Til að búa til jógúrtsósu þeytið jógúrtina, besanið og 750 ml (26 oz/3 bolla) vatn í skál til að verða slétt deig. Hitið olíuna í þykkum potti eða djúpri pönnu við lágan hita.

b) Bætið sinneps- og fenugreekfræunum og karrýblöðunum út í, hyljið og leyfið fræjunum að poppa í 1 mínútu.

c) Bætið lauknum út í og eldið í 5 mínútur, eða þar til hann er mjúkur og byrjaður að brúnast.

d) Bætið hvítlauknum út í og hrærið í 1 mínútu, eða þar til hann er mjúkur. Bætið túrmerikinu og chilli duftinu út í og hrærið í 30 sekúndur. Bætið jógúrtblöndunni út í, látið suðuna koma upp og látið malla við vægan hita í 10 mínútur.

e) Til að búa til spínatkoftas, blanchið spínatið í sjóðandi vatni í 1 mínútu og endurnýjað það í köldu vatni. Tæmið, kreistið úr auka vatni með því að setja spínatið í sigti og þrýsta því upp að hliðunum með skeið. Saxið spínatið smátt.

f) Blandið saman við afganginn af kofta hráefnunum og allt að 3 msk vatni, smá í einu, og bætið nógu miklu við til að gera blönduna mjúka en ekki slatta. Ef það verður of slepjulegt skaltu bæta við meira besan. Mótaðu blönduna í kúlur með því að rúlla henni í rökum höndum, notaðu um það bil 1 matskeið af blöndu fyrir hverja. Þetta ætti að gera 12 kofta.

g) Fylltu þriðjung pottinn með olíu og hitaðu í 180°C (350°F), eða þar til brauðteningur brúnast á 15 sekúndum. Lækkið koftas í olíuna í lotum og steikið þar til þær eru gullnar og stökkar. Ekki yfirfylla pönnuna.

h) Fjarlægðu kofturnar þegar þær eru soðnar, hristið umfram olíu af og bætið þeim út í jógúrtsósuna. Hitið jógúrtsósuna varlega upp aftur, skreytið með kóríanderlaufum og berið fram.

## 8. Sri Lanka eggaldin karrý

Gerir 6 skammta

**Hráefni:**

- 1 tsk malað túrmerik
- 12 mjó eggaldin (aubergín), skorin í 4 cm (1½ tommu) hringi
- olía til djúpsteikingar
- 2 laukar, smátt saxaðir
- 2 matskeiðar karríduft frá Sri Lanka
- 2 hvítlauksrif, mulin
- 8 karrýlauf, grófsöxuð, auk heil laufa til viðbótar til skrauts
- ½ tsk chilli duft
- 250 ml (9 oz/1 bolli) kókosrjómi

**Leiðbeiningar:**

a) Blandið helmingnum af möluðu túrmerikinu saman við 1 teskeið af salti og nuddið inn í eggaldinið og tryggið að skurðfletirnir séu vel húðaðir. Setjið í sigti og látið standa í 1 klst. Skolaðu vel og settu á krumpað pappírshandklæði til að fjarlægja umfram raka.

b) Fylltu djúpan, þungan pott með þriðjungi af olíu og hitaðu í 180°C (350°F), eða þar til brauðteningur féll í olíuna brúnast á 15 sekúndum. Eldið eggaldinið í lotum í 1 mínútu, eða þar til það er gullbrúnt. Tæmið á krumpuðu pappírshandklæði.

c) Hitið aukaolíuna í stórum potti, bætið lauknum út í og eldið við meðalhita í 5 mínútur, eða þar til hann er brúnaður.

d) Bætið karríduftinu, hvítlauknum, karrýlaufinu, chilliduftinu, eggaldininu og restinni af túrmerikinu á pönnuna og eldið í 2 mínútur. Hrærið kókosrjómanum og 250 ml (9 oz/1 bolli) vatni saman við og kryddið með salti eftir smekk.

e) Lækkið hitann og látið malla við vægan hita í 3 mínútur, eða þar til eggaldinið er fulleldað og sósan hefur þykknað aðeins. Skreytið með auka karrýlaufum.

## 9. Heitt og súrt eggaldin karrý

Gerir 4 skammta

**Hráefni:**

- 1 stór (um 500 g/1 lb 2 oz) eggaldin (aubergín)
- 2 litlir tómatar
- 2 matskeiðar olía
- 3 tsk fenugreek fræ
- 3 tsk fennel fræ
- 4 hvítlauksrif, mulin
- 1 stór laukur, smátt skorinn
- 4 karrýblöð
- 1½ msk malað kóríander
- 2 tsk túrmerik
- 125 ml (4 oz/½ bolli) tómatsafi
- 2 matskeiðar tamarindmauk
- 2 rauðir chili, fínt skornir
- 125 ml (4 oz/½ bolli) kókosrjómi
- 1 handfylli kóríanderlauf, saxað

**Leiðbeiningar:**

a) Skerið eggaldinið í 2 cm ($\frac{3}{4}$ tommu) teninga. Stráið $\frac{1}{2}$ teskeið salti yfir og setjið til hliðar í 1 klst. Tæmdu og skolaðu.

b) Skerið tómatana í grófa teninga. Hitið olíuna í þykkum potti yfir meðalhita. Bætið fenugreek og fennel fræjum út í. Þegar þær byrja að klikka bætið þá hvítlauknum, lauknum og karrýlaufunum út í og eldið í 3-5 mínútur eða þar til laukurinn er orðinn gegnsær.

c) Bætið eggaldininu út í og hrærið í 6 mínútur, eða þar til það byrjar að mýkjast. Bætið við möluðu kryddi, tómötum, tómatsafa, tamarind og sneiðum ferskum chilli.

d) Látið suðuna koma upp, lækkið síðan að suðu, loki á og haltu áfram að elda í um 35 mínútur, eða þar til eggaldin er mjög mjúkt. Hrærið kókosrjómanum og kóríander saman við og kryddið eftir smekk.

## 10. Pumpkin og spínat karrý

Gerir 6 skammta

**Hráefni:**

- 3 kertahnetur
- 1 matskeið hráar jarðhnetur
- 3 rauðir asískir skalottlaukar, saxaðir
- 2 hvítlauksrif
- 2-3 tsk sambal oelek
- 1 tsk malað túrmerik
- 1 tsk rifinn galangal
- 2 matskeiðar olía
- 1 laukur, smátt saxaður
- 600 g (1 lb 5 oz) butternut grasker (squash), skorið í 2 cm ($\frac{3}{4}$ tommu) teninga
- 125 ml (4 oz/$\frac{1}{2}$ bolli) grænmetiskraftur
- 350 g (12 oz) enskt spínat, gróft saxað
- 400 ml (14 oz) kókosrjómi
- 1 tsk sykur

**Leiðbeiningar:**

a) Setjið allt hráefnið í karrýmaukið í matvinnsluvél, eða í mortéli með stöpli, og vinnið eða hnoðið í slétt deig.

b) Hitið olíuna í stórum potti, bætið karrýmaukinu út í og eldið, hrærið, við lágan hita í 3-5 mínútur, eða þar til ilmandi. Bætið lauknum út í og steikið í 5 mínútur í viðbót, eða þar til hann er mjúkur.

c) Bætið graskerinu og helmingnum af grænmetiskraftinum út í og eldið, undir loki, í 10 mínútur, eða þar til graskerið er næstum eldað í gegn. Bætið við meira lager ef þarf.

d) Bætið spínati, kókosrjóma og sykri út í og kryddið með salti. Látið suðuna koma upp, hrærið stöðugt í, lækkið síðan hitann og látið malla í 3-5 mínútur, eða þar til spínatið er soðið og sósan hefur þykknað aðeins. Berið fram strax.

# FISKUR OG SJÁVARÚTUR KARRY

## 11. C oconut rækju karrý

Gerir 3 skammta

**Hráefni:**

- 2/3 bolli kókosmjólk, létt
- 1 & 1/2 tsk af karrýdufti
- 1 matskeið af fiskisósu, á flöskum
- 1 tsk af sykri, brúnn
- 1/4 teskeið af salti, sjó
- 1/4 tsk pipar, svartur
- 1 pund af afhýddum, afveguðum stórum, ósoðinni rækju
- 1 smátt skorinn meðal rauður sætur pipar
- 2 saxaðir grænir laukar
- 1/4 bolli ferskt, hakkað kóríander

**Til framreiðslu:**

- Elduð Jasmine hrísgrjón, hituð, að vild
- Limebátar, eins og óskað er eftir

**Leiðbeiningar:**

a) Sameina fyrstu 6 hráefnin í lítilli skál. Hrærið rækjurnar á pönnu í 2 matskeiðum af kókosmjólkurblöndunni sem þú bjóst til, þar til rækjurnar eru orðnar bleikar. Fjarlægðu þær og haltu þeim heitum.

b) Bætið afgangnum af kókosmjólk og fiskisósublöndunni ásamt rauðri papriku og lauk á pönnuna. Látið suðuna koma upp. Hrærið á meðan eldað er þar til grænmetið er mjúkt-stökkt, 3 til 4 mínútur. Bætið rækjunni út í, síðan kóríander. Hitið að fullu í gegn. Berið fram yfir hrísgrjónum og með limebátum, að vild.

## 12. Lúða - grænmetiskarrí

Gerir 4 skammta

**Hráefni:**

**Fyrir karríbotninn:**

- 2 matskeiðar af olíu, ólífuolía
- 1 bolli gulrætur, saxaðar
- 1 bolli sellerí, saxað
- 1 bolli laukur, saxaður
- 1/4 bolli hakkað engifer, afhýtt
- 4 stór, söxuð hvítlauksrif
- 3 matskeiðar karrýmauk, tælensk gult
- 4 bollar af djúsuðum gulrótum
- 1 bolli af niðursoðinni kókosmjólk, ósykrað
- 3 bollar af 1" blönduðu grænmeti í teningum eins og leiðsögn, papriku
- Sjávarsalt, að vild
- Malaður pipar, að vild

**Fyrir lúðu:**

- 1/2 bolli af möndlustrimlum
- 4 x 4 oz. Kyrrahafslúðuflök, roðlaus
- Sjávarsalt, að vild
- 1 eggjahvíta, stór
- 2 matskeiðar af olíu, ólífuolía
- Basil lauf, fersk, eftir óskum

**Leiðbeiningar:**

a) Til að undirbúa karríbotninn, hitið olíuna á pottinum á miðlungs-lágmarki . Bætið hvítlauknum, engiferinu, lauknum, gulrótunum og selleríinu út í. Hrærið af og til á meðan eldað er í 10 til 15 mínútur, þar til grænmetið er mjúkt og ilmandi.

b) Hækkið hitastig í miðlungs hátt . Bætið karrýmaukinu út í. Hrærið á meðan eldað er í 2 til 3 mínútur þar til deigið byrjar að karamellisera. Bætið gulrótarsafanum út í og hækkið hitann í hátt. Hitið síðan blönduna að suðu. Lækkið hitastigið í miðlungs lágt . Látið malla í 15 til 20 mínútur þar til safinn hefur minnkað um helming.

c) Sigtið karrýið í gegnum sigti í stóra skál. Fleygðu föstum efnum úr sigti. Setjið blönduna aftur í sama miðlungs pottinn. Bætið kókosmjólkinni og blönduðu grænmetinu út í. Hrærið af og til á meðan eldað er á meðalhita í 8 til 10 mínútur, þar til grænmetið er orðið mjúkt. Kryddið að vild.

d) Til að undirbúa lúðu skaltu forhita ofninn í 350F. Malið möndlurnar í matvinnsluvél, án þess að mala í mauk. Flytið yfir í grunna, breiða skál. Kryddið hvora hlið á flökum með sjávarsalti. Þeytið eggjahvítuna í sérstakri grunnri skál þar til hún er varla froðukennd. Dýfið toppunum af flökum í eggjahvítu áður en þeim er dýft í möndlur. Pressið svo möndlurnar festist vel. Færið þær yfir á disk með skorpuhliðina upp.

e) Hitið olíuna í ofnþolinni pönnu á miðlungs hátt . Setjið fiskinn í pönnu með skorpuhliðarnar niður. Eldið í 3 til 4 mínútur þar til hneturnar verða gullinbrúnar. Snúið flökum við. Flyttu pönnu í 350F ofn. Bakið í 4 til 5 mínútur, þar til fiskurinn er varla ógagnsær í miðjunni.

f) Skiptið karrýbotninum í stakar skálar. Toppið með flökunum og skreytið þau með basil og berið fram.

## 13. Kræklingakarrí

Gerir 4 skammta

**Hráefni:**

- 2 matskeiðar af olíu, grænmeti
- 3 sneiðar, síðan skolaðir og tæmdir stórir blaðlaukur - aðeins ljósgrænir og hvítir hlutar
- Kosher salt, eins og þú vilt
- Malaður pipar, að vild
- 2 sneidd hvítlauksrif
- 1/2 tsk af karrýdufti, madras
- 2 og 1/2 pund. af kræklingi - fjarlægðu skeggið
- 1/2 bolli niðursoðin kókosmjólk, ósykrað
- Til að bera fram: 2 matskeiðar af kóríanderlaufum

**Leiðbeiningar:**

a) Hitið olíuna í þungum, stórum potti á miðlungs hátt . Bætið blaðlauknum út í og kryddið að vild. Hrærið oft á meðan eldað er í 8 til 10 mínútur þar til þær mýkjast. Bætið karrýdufti og hvítlauk út í. Hrærið á meðan eldað er í 1-2 mínútur, þar til ilmandi.

b) Bætið við kókosmjólk, 1 & 1/2 bolla af vatni og kræklingi. Látið suðuna koma upp og lækkið hitann niður í lágt. Lokið pottinum.

c) Eldið í 5-7 mínútur þar til kræklingurinn er opnaður. Fargið óopnuðum kræklingi. Toppið með kóríander og berið fram.

# 14. Sítrónugrasi og rækjukarrí

Gerir 4 skammta

**Hráefni:**

- 1 gróft saxaður, stór skalottlaukur
- 5 rifnir hvítlauksgeirar
- 2 stilkar af sítrónugrasi - sneið fölgræna hluta og perur þunnt 1" stykki af skrældu og saxuðu engifer
- 1 fræhreinsaður, saxaður jalapeño pipar
- 1 teskeið af kóríander, malað
- 1/2 tsk af kúmeni, malað
- 1/2 bolli af kóríanderlaufum og mjúkum stilkum + aukalega til að bera fram
- 2 matskeiðar af olíu, grænmeti
- 2 matskeiðar af misó, hvítt
- 2 tsk af sykri, ljósbrúnt
- 1 x 13 & 1/2-oz. dós af kókosmjólk, ósykrað
- Kosher salt og malaður pipar, eins og þú vilt
- 1 pund af afhýddum og afhúðuðum stórum rækjum

- 2 matskeiðar af lime safa, ferskur
- Til að bera fram: heit hrísgrjón og lime í fleyg

**Leiðbeiningar:**

a) Vinnið hvítlauk, skalottlaukur, engifer, sítrónugras, kúmen, kóríander, jalapeño, 1 matskeið af olíu og 1/2 bolli af kóríander í matvinnsluvél þar til þú hefur slétt deig.

b) Hitið síðustu 1 msk af olíu á pönnu á miðlungs hátt . Hrærið deigið stöðugt á meðan eldað er í 5-7 mínútur, þar til ilmandi.

c) Blandið sykri og misó saman við. Þeytið 1/2 bolla af vatni og kókosmjólk út í. Látið malla. Kryddið að vild. Lækkið hitann og hrærið í karrýinu af og til á meðan það er látið malla þar til bragðið mýkist og hefur náð saman, 20 til 25 mínútur.

d) Bætið rækjunni út í karrý. Látið malla í 3-4 mínútur þar til það er varla eldað. Takið pönnuna af hitanum. Hrærið í lime safa út í karrýið.

e) Skiptið hrísgrjónunum í stakar skálar og setjið karrý yfir. Toppið með kóríander. Berið fram ásamt ferskum limebátum.

## 15. Rauður fiskur karrý

Gerir 4 skammta

**Hráefni:**

- 1 skalottlaukur, stór
- 6 hvítlauksrif
- 1 x 2" skrældar engiferbitar í sneiðum
- 2 matskeiðar af olíu, grænmeti
- 2 matskeiðar karrýmauk, rautt
- 2 teskeiðar af túrmerik, malað
- 1 & 1/2 bollar af heilum, niðursoðnum, skrældum tómötum + 15 aura af safa
- 1 x 13 & 1/2-oz. dós af kókosmjólk, ósykrað
- Kosher salt, eins og þú vilt
- 1 pund af 1"-skornu blönduðu grænmeti, eins og gulrætur, blómkál
- 1 pund af 2"-skornum bitum af þorski eða lúðu - fjarlægðu roðið
- Til að bera fram: hrísgrjónanúðlur, soðnar, limebátar og kóríanderlauf, að vild

**Leiðbeiningar:**

a) Púlsaðu skalottlaukur, engifer og hvítlauk fínt í matvinnsluvél. Hitið olíuna á stórri pönnu á meðalhita . Bætið skalottlauksblöndunni á pönnuna. Hrærið oft á meðan eldað er í 4-5 mínútur, þar til það er gullbrúnt.

b) Bætið við túrmerik og karrýmauki. Hrærið á meðan eldað er í 3-4 mínútur þar til blandan fer að festast við pönnuna og dökkna á litinn. Brjótið tómatana í sundur og bætið þeim og safanum úr þeim saman við. Hrærið oft á meðan eldað er og skafið upp brúna bita í 4-5 mínútur, þar til tómatar byrja að brotna niður og festast við pottinn.

c) Hrærið kókosmjólkinni saman við. Kryddið að vild. Hrærið af og til á meðan það er látið malla í 8 til 10 mínútur, þar til bragðefnin blandast saman og blandan þykknar aðeins. Bætið grænmetinu við.

d) Hellið nægu vatni út í til að hylja grænmetið. Látið malla. Hrærið af og til meðan á eldun stendur í 8 til 10 mínútur, þar til grænmetið er orðið stökkt.

e) Kryddið fisk að vild. Settu það í karrýið. Karrý aftur til að malla. Eldið í 5-6 mínútur þar til fiskurinn er fulleldaður. Hellið karrýinu yfir núðlurnar. Toppið með kreistu af fersku lime og kóríander. Berið fram.

## 16. Fiskur og hnetukarrí

Gerir 6 skammta

**Hráefni:**

- 50 g ($1\frac{3}{4}$ oz/1/3 bolli) sesamfræ
- 1 tsk cayenne pipar
- $\frac{1}{4}$ tsk malað túrmerik
- 1 matskeið þurrkuð kókos
- 2 tsk malað kóríander
- 1 tsk malað kúmen
- 40 g ($1\frac{1}{2}$ oz/$\frac{1}{2}$ bolli) stökkur steiktur laukur
- 5 cm (2 tommu) stykki engifer, saxað
- 2 hvítlauksgeirar, saxaðir
- 3 matskeiðar tamarindmauk
- 1 matskeið stökkt hnetusmjör
- 1 matskeið ristaðar jarðhnetur
- 8 karrýlauf, auk auka til að bera fram
- 1 kg (2 lb 4 oz) þétt hvít fiskflök, skorin í roðlausa 2 cm ($\frac{3}{4}$ tommu) teninga
- 1 matskeið sítrónusafi

**Leiðbeiningar:**

a) Setjið sesamfræin í steikarpönnu með þykkum grunni yfir miðlungshita og hrærið þar til þau eru gullin. Bætið cayenne pipar, túrmerik, kókos, möluðu kóríander og möluðu kúmeni út í og hrærið í eina mínútu til viðbótar, eða þar til arómatískt. Setjið til hliðar til að kólna.

b) Setjið steiktan lauk, engifer, hvítlauk, tamarind, 1 tsk salt, hnetusmjör, ristaðar hnetur, sesamkryddblöndu og 500 ml (17 oz/2 bollar) heitt vatn í matvinnsluvél og vinnið þar til blandan er orðin mjúk og þykk. .

c) Setjið sósuna og karrýlaufin í steikarpönnu með þykkri undirstöðu við meðalhita og látið suðuna koma upp. Lokið og látið malla við vægan hita í 15 mínútur, bætið síðan fiskinum saman við í einu lagi.

d) Látið malla undir loki í 5 mínútur til viðbótar eða þar til fiskurinn er rétt soðinn í gegn. Hrærið sítrónusafanum varlega í og kryddið vel eftir smekk. Skreytið með karrýlaufum og berið fram.

## 17. Hörpuskel og rækjur chu chee

Gerir 4 skammta

**Hráefni:**

- 10 langir rauðir chili, þurrkaðir
- 1 tsk kóríanderfræ
- 1 matskeið rækjumauk
- 1 matskeið hvít piparkorn
- 10 kaffir lime lauf, fínt rifin
- 10 rauðir asískir skalottlaukar, saxaðir
- 2 tsk fínt rifinn kaffir lime börkur
- 1 msk saxaður kóríanderstilkur og rót, saxaður
- 1 stilkur sítrónugras, aðeins hvítur hluti, smátt saxaður
- 3 matskeiðar saxaður galangal
- 6 hvítlauksrif, mulin
- 540 ml (18½ oz) kókosrjómi í dós
- 500 g (1 lb 2 oz) hörpuskel með hrognum fjarlægð
- 500 g (1 lb 2 oz) hráar kóngarækjur (rækjur), afhýddar, afvegaðar, halar ósnortnar

- 2-3 matskeiðar fiskisósa
- 2-3 matskeiðar pálmasykur (jaggery)
- 8 kaffir lime lauf, fínt rifin
- 2 rauðir chili, þunnar sneiðar
- 1 stór handfylli taílensk basilíka

**Leiðbeiningar:**

a) Leggið chili í bleyti í sjóðandi vatni í 5 mínútur, eða þar til mjúkt. Fjarlægðu stilkinn og fræin og saxaðu síðan. Þurrsteikið kóríanderfræin, rækjumaukið vafið inn í filmu og piparkornin á pönnu við meðalháan hita í 2–3 mínútur, eða þar til ilmandi.

b) Látið kólna. Notaðu mortéli með stöpli, eða kryddkvörn, myldu eða malaðu kóríander og piparkorn í duft.

c) Setjið hakkað chili, rækjumauk og malað kóríander og piparkorn með afganginum af karrýmaukinu í matvinnsluvél, eða í mortéli með stöpli, og vinnið eða þjappið í slétt deig.

d) Setjið þykka kókosrjómann ofan af formunum í pott, látið sjóða hratt við meðalhita, hrærið í af og til og eldið í 5–10 mínútur, eða þar til blandan „klofar" (olían fer að skiljast).

e) Hrærið 3 msk af karrýmaukinu út í, lækkið hitann og látið malla í 10 mínútur, eða þar til ilmandi.

f) Hrærið afganginum af kókosrjómanum, hörpuskel og rækjum saman við og eldið í 5 mínútur, eða þar til það er mjúkt. Bætið fiskisósunni, pálmasykrinum, kaffir lime laufum og chilli saman við og eldið í 1 mínútu. Hrærið helmingnum af tælenskri basilíku út í og skreytið með afganginum af laufunum.

## 18. Kryddaðar rækjur

Gerir 4 skammta

**Hráefni:**

- 1 kg (2 lb 4 oz) hráar rækjur, afhýddar, afvegaðar, halar ósnortnar
- 1 tsk malað túrmerik
- 3 matskeiðar olía
- 2 laukar, smátt saxaðir
- 4-6 hvítlauksrif, mulin
- 1-2 grænir chili, fræhreinsaðir, saxaðir
- 2 tsk malað kúmen
- 2 tsk malað kóríander
- 1 tsk paprika
- 90 g (3½ oz/1/3 bolli) hrein jógúrt
- 80 ml (2½ oz/1/3 bolli) þykknað (þeyttur) rjómi
- 1 stór handfylli kóríanderlauf, saxað

**Leiðbeiningar:**

a) Sjóðið 1 lítra (35 oz/4 bollar) af vatni í potti. Bætið við rækjuskeljunum og -hausunum, lækkið hitann og látið malla í 2 mínútur.

b) Skerið allt hrúg sem myndast á yfirborðinu við matreiðslu. Sigtið, fargið skeljunum og hausunum og setjið vökvann aftur á pönnuna. Þú þarft um 750 ml (26 oz/3 bollar) vökva (fylltu upp með vatni ef þörf krefur).

c) Bætið túrmerik og afhýddum rækjum út í og eldið í 1 mínútu, eða þar til rækjurnar verða bara bleikar, fjarlægðu síðan rækjurnar. Geymdu lagerinn.

d) Hitið olíuna í stórum potti. Bætið lauknum út í og eldið við meðalhita, hrærið í, í 8 mínútur, eða þar til hann er létt gullinbrúnn. Bætið hvítlauknum og chilli út í og sjóðið í 1-2 mínútur, bætið síðan kúmeninu, kóríander og papriku út í og eldið, hrærið í, í 1-2 mínútur, eða þar til ilmandi.

e) Bætið soðinu smám saman við, látið suðuna koma upp og eldið, hrærið af og til, í 30-35 mínútur, eða þar til blandan hefur minnkað um helming og þykknað.

f) Takið af hellunni og hrærið jógúrtinni saman við. Bætið rækjunum út í og hrærið við vægan hita í 2-3 mínútur, eða þar til rækjurnar eru orðnar í gegn. Ekki sjóða.

g) Hrærið rjómanum og kóríanderlaufum saman við. Lokið og látið standa í 15 mínútur til að leyfa bragðinu að streyma inn. Hitið varlega aftur og berið fram.

# 19. Fiskur í jógúrt karrý

Gerir 4 skammta

**Hráefni:**

- 1 kg (2 lb 4 oz) roðlaus, þétt hvít fiskflök
- 3 matskeiðar olía
- 1 laukur, saxaður
- 2 matskeiðar smátt saxað engifer
- 6 hvítlauksrif, mulin
- 1 tsk malað kúmen
- 2 tsk malað kóríander
- 1 tsk malað túrmerik
- 1 tsk garam masala
- 185 g (6½ oz/¾ bolli) jógúrt í grískri stíl
- 4 löng græn chillí, fræhreinsuð, fínsöxuð kóríanderlauf, til að bera fram

**Leiðbeiningar:**

a) Skerið hvert fiskflök í fjóra bita og þurrkið þá vandlega. Hitið olíuna á þykkri pönnu við lágan hita og steikið laukinn þar til hann er mjúkur og léttbrúnn.

b) Bætið engiferinu, hvítlauknum og kryddinu út í og hrærið í 2 mínútur. Bætið jógúrtinni og grænu chilli út í og látið suðuna koma upp, lokið á og látið malla í 10 mínútur.

c) Setjið fiskbitana út í og haltu áfram að malla í 10-12 mínútur, eða þar til fiskurinn flagnar auðveldlega og er eldaður í gegn. Ekki ofelda eða fiskurinn gefur frá sér vökva og sósan klofnar.

d) Skreytið með kóríanderlaufum og berið fram strax. Ef þú lætur réttinn standa getur fiskurinn gefið frá sér vökva og gert sósuna meira rennandi.

## 20. Frumskógur karrý rækjur

Gerir 6 skammta

**Hráefni:**

- 10–12 þurrkaðir rauðir chili
- 1 tsk hvítur pipar
- 4 rauðir asískir skalottlaukar
- 4 hvítlauksrif
- 1 sítrónugrasstilkur, aðeins hvítur hluti, saxaður
- 1 matskeið smátt saxaður galangal
- 2 kóríanderrætur
- 1 matskeið smátt saxað engifer
- 1 matskeið þurrristuð rækjumauk
- 1 matskeið hnetuolía
- 1 hvítlauksgeiri, pressaður
- 1 msk fiskisósa
- 30 g (1 oz/$\frac{1}{4}$ bolli) malaðar kertahnetur
- 300 ml (10$\frac{1}{2}$ oz) fiskikraftur
- 1 matskeið viskí
- 3 kaffir lime lauf, rifin

- 600 g (1 lb 5 oz) hráar rækjur (rækjur), flysjaðar og afvegaðar, halar ósnortnir
- 1 lítil gulrót, skorin í fernt eftir endilöngu, þunnt sneið á ská
- 150 g (5½ oz) snákabaunir (jarðlangar) skornar í 2 cm (¾ tommu) lengdir
- 50 g (1¾ oz/¼ bolli) bambussprotar
- Tælensk basil, til að bera fram

**Leiðbeiningar:**

a) Leggið chili í bleyti í sjóðandi vatni í 5 mínútur, eða þar til mjúkt. Fjarlægðu stilkinn og fræin og saxaðu síðan. Setjið chilli og afganginn af karrýmaukinu í matvinnsluvél eða í mortéli með stöpli og vinnið eða steypið í slétt deig. Bætið við smá vatni ef það er of þykkt.

b) Hitið wok-pönnu yfir meðalhita, bætið olíunni út í og hrærið til hjúpsins. Bætið hvítlauknum og 3 matskeiðum af karrýmaukinu út í og eldið, hrærið í, í 5 mínútur. Bætið við fiskisósunni, möluðum kertahnetum, fiskikrafti, viskíi, kaffir lime laufum, rækjum, gulrótum, baunum og bambussprotum.

c) Látið suðuna koma upp, lækkið síðan hitann og látið malla í 5 mínútur, eða þar til rækjurnar og grænmetið eru soðin. Toppið með taílenskri basilíku og berið fram.

## 21. Karrí smokkfiskur

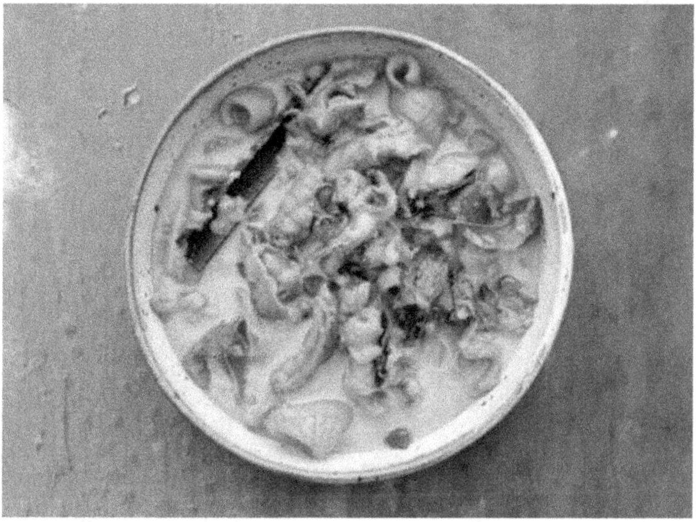

Gerir 4 skammta

**Hráefni:**

- 1 kg (2 lb 4 oz) smokkfiskur
- 1 tsk kúmenfræ
- 1 tsk kóríanderfræ
- 1 tsk chilli duft
- 1 tsk malað túrmerik
- 2 matskeiðar olía
- 1 laukur, smátt saxaður
- 10 karrýblöð, auk auka til skrauts
- 1 tsk fenugreek fræ
- 4 hvítlauksrif, mulin
- 7 cm (2¾ tommu) stykki engifer, rifið
- 100 ml (3½ oz) kókosrjómi
- 3 matskeiðar lime safi

**Leiðbeiningar:**

a) Dragðu smokkfiskhausana og tentaklana út úr líkamanum ásamt öllum innvortum og fargaðu. Fjarlægðu skinnið. Skolið líkamann vel, dragið glæru fjöðrurnar út og skerið síðan líkamann í 2,5 cm (1 tommu) hringi.

b) Þurrsteikið kúmen og kóríanderfræ á pönnu við meðalháan hita í 2-3 mínútur, eða þar til ilmandi. Látið kólna. Notaðu mortéli með stöpli, eða kryddkvörn, myldu eða malaðu í duft. Blandið möluðu kúmeninu og kóríander saman við chiliduftið og malaða túrmerikið. Bætið smokkfiskinum út í og blandið vel saman.

c) Hitið olíuna á pönnu með þungri undirstöðu og steikið laukinn þar til hann er léttbrúnn. Bætið karrýlaufunum, fenugreek, hvítlauk, engifer og kókosrjóma út í.

d) Látið suðuna koma rólega upp. Bætið smokkfiskinum út í og hrærið síðan vel. Látið malla í 2-3 mínútur, eða þar til eldað og meyrt. Hrærið límónusafanum út í, kryddið og berið fram skreytt með karrýlaufum.

## 22. Balískt sjávarfang karrí

Gerir 6 skammta

**Hráefni:**

- 1 msk kóríanderfræ
- 1 tsk rækjumauk
- tómatar
- 5 rauð chili
- 5 hvítlauksrif, mulin
- sítrónugrasstilkar, aðeins hvítur hluti, saxaður
- 1 msk malaðar möndlur
- ¼ tsk malaður múskat
- 1 tsk malað túrmerik
- 60 g (2¼ oz/¼ bolli) tamarindmauk
- 3 matskeiðar lime safi
- 250 g (9 oz) roðlaus, þétt hvít fiskflök, skorin í 3 cm (1¼ tommu) teninga
- 3 matskeiðar olía
- rauðlaukur, saxaður
- rauður chili, fræhreinsaður, skorinn í sneiðar

- 400 g (14 oz), hráar rækjur (rækjur) afhýddar og afvegaðar, halar ósnortnir
- 250 g (9 oz) smokkfiskrör, skorin í 1 cm ($\frac{1}{2}$ tommu) hringi
- 125 ml (4 oz/$\frac{1}{2}$ bolli) fiskikraftur
- rifin taílensk basilíka, til að bera fram

**Leiðbeiningar:**

a) Þurrsteikið kóríanderfræin og rækjumaukið vafið inn í álpappír á pönnu við meðalháan hita í 2-3 mínútur, eða þar til ilmandi. Látið kólna. Notaðu mortéli með stöpli, eða kryddkvörn, myldu eða malaðu kóríanderfræin í duft.

b) Skerið kross í botninn á tómötunum, setjið í hitaþolna skál og setjið sjóðandi vatn yfir. Látið standa í 30 sekúndur og setjið síðan yfir í kalt vatn og afhýða skinnið frá krossinum.

c) Skerið tómatana í tvennt og takið fræin út. Fargið fræjunum og saxið tómatkjötið gróft.

d) Setjið mulin kóríanderfræ, rækjumaukið og tómatana ásamt afganginum af karrýmaukinu í matvinnsluvél eða í mortéli með stöpli og vinnið eða steypið í slétt deig.

e) Setjið limesafann í skál og kryddið með salti og nýmöluðum svörtum pipar. Bætið fiskinum saman við, blandið vel yfir og látið marinerast í 20 mínútur.

f) Hitið olíuna í potti eða wok, bætið lauknum, sneiðum rauðum chilli og karrýmauki út í og eldið, hrærið af og til, við lágan hita í 10 mínútur, eða þar til ilmandi. Bætið fiskinum og rækjunum út í og hrærið til að hjúpa karrýmaukblöndunni.

g) Eldið í 3 mínútur, eða þar til rækjurnar verða bara bleikar, bætið síðan smokkfiskinum út í og eldið í 1 mínútu.

h) Bætið soðinu út í og látið suðuna koma upp, lækkið síðan hitann og látið malla í 2 mínútur, eða þar til sjávarfangið er eldað og mjúkt. Kryddið eftir smekk með salti og nýmöluðum svörtum pipar.

i) Toppið með rifnum basilíkublöðum.

## 23. Goan fiskur karrý

Gerir 6 skammta

**Hráefni:**

- 3 matskeiðar olía
- 1 stór laukur, smátt saxaður
- 4-5 hvítlauksrif, mulin
- 2 tsk rifið engifer
- 4-6 þurrkaðir rauðir chili
- 1 msk kóríanderfræ
- 2 tsk kúmenfræ
- 1 tsk malað túrmerik
- $\frac{1}{4}$ tsk chilli duft
- 30 g (1 oz/1/3 bolli) þurrkuð kókos
- 270 ml (9$\frac{1}{2}$ oz) kókosmjólk
- 2 tómatar, skrældir og saxaðir
- 2 matskeiðar tamarindmauk
- 1 matskeið hvítt edik
- 6 karríblöð

- 1 kg (2 lb 4 oz) stíf hvít fiskflök, roðlaus, skorin í 8 cm (3¼ tommu) bita

**Leiðbeiningar:**

a) Hitið olíuna í stórum potti. Bætið lauknum út í og eldið, hrærið, við vægan hita í 10 mínútur, eða þar til hann er mjúkur og létt gullinn. Bætið hvítlauknum og engiferinu út í og eldið í 2 mínútur til viðbótar.

b) Þurrsteikið þurrkað chili, kóríanderfræ, kúmenfræ, malað túrmerik, chilliduft og þurrkað kókos á pönnu við meðalháan hita í 2-3 mínútur, eða þar til ilmandi. Látið kólna. Notaðu mortéli með stöpli, eða kryddkvörn, myldu eða malaðu í duft.

c) Bætið kryddblöndunni, kókosmjólk, tómötum, tamarind, ediki og karrýlaufum út í laukblönduna.

d) Hrærið til að blanda vel saman, bætið við 250 ml (9 oz/1 bolli) vatni og látið malla, hrærið oft, í 10 mínútur, eða þar til tómaturinn hefur mýkst og blandan hefur þykknað aðeins.

e) Bætið fiskinum út í og eldið, undir loki, við vægan hita í 10 mínútur, eða þar til hann er eldaður í gegn.

f) Hrærið varlega einu sinni eða tvisvar á meðan á eldun stendur og bætið við smá vatni ef blandan er of þykk.

## 24. Tamarind fiskur karrí

Gerir 4 skammta

**Hráefni:**

- 600 g (1 lb 5 oz) roðlaus, þétt hvít fiskflök
- 1 tsk túrmerik
- klípa duftformað saffran
- 3 hvítlauksrif, mulin
- 2 tsk sítrónusafi
- 1 tsk kúmenfræ
- 2 matskeiðar kóríanderfræ
- 1 tsk hvít piparkorn
- 4 kardimommubelgir, marinir
- 2½ matskeiðar fínt saxað engifer
- 2 rauðir chili, fínt skornir
- 2 matskeiðar olía
- 1 laukur, saxaður
- 1 rauð paprika (pipar), skorin í 2 cm (¾ tommu) ferninga
- 1 græn paprika (pipar), skorin í 2 cm (¾ tommu) ferninga

- 4 Roma (plómu) tómatar, skornir í teninga
- 2 matskeiðar tamarindmauk
- 185 g ($6\frac{1}{2}$ oz/$\frac{3}{4}$ bolli) hrein jógúrt
- 2 matskeiðar saxað kóríander

**Leiðbeiningar:**

a) Skolið fiskflökin og þurrkið. Stingið flökin með gaffli. Blandið saman túrmerikinu, saffraninu, hvítlauknum, sítrónusafanum og 1 tsk af salti og nuddið síðan yfir fiskflökin. Geymið í kæli í 2-3 klst.

b) Þurrkaðu kúmenfræin, kóríanderfræin, piparkornin og kardimommuna á pönnu við meðalháan hita í 2-3 mínútur, eða þar til ilmandi. Látið kólna.

c) Notaðu mortéli með stöpli eða kryddkvörn, myldu eða malaðu í duft og blandaðu saman við engifer og chili.

d) Hitið olíuna í þykkum potti yfir miðlungshita og bætið söxuðum lauknum, rauðum og grænum papriku og möluðu kryddblöndunni saman við.

e) Eldið varlega í 10 mínútur, eða þar til arómatískt og laukurinn er gegnsær. Hækkið hitann í háan, bætið sneiðum tómötum út í, 250 ml (9 oz/1 bolli) af vatni og tamarindmaukinu. Látið suðuna koma upp, lækkið síðan að suðu og eldið í 20 mínútur.

f) Skolið deigið af fiskinum og skerið í 3 cm ($1\frac{1}{4}$ tommu) bita. Bætið á pönnuna og haltu áfram að malla í 10 mínútur.

g) Hrærið jógúrt og söxuðum kóríander út í og berið fram.

## 25. Súr rækju- og graskerskarrí

Gerir 4 skammta

**Hráefni:**

- 250 g (9 oz) leiðsögn
- 1 líbansk (stutt) agúrka
- 400 ml (14 oz/12/3 bollar) kókosrjómi
- $1\frac{1}{2}$ msk tilbúið rautt karrýmauk
- 3 matskeiðar fiskisósa
- 2 matskeiðar rakaður pálmasykur
- 400 g (14 oz) niðursoðnir strásveppir, tæmdir
- 500 g (1 lb 2 oz) hráar rækjur (rækjur), afhýddar, afvegaðar, halar ósnortnar
- 2 matskeiðar tamarindmauk
- 2 rauðir chili, saxaðir
- 1 matskeið lime safi
- 4 kaffir lime lauf
- 4 kóríanderrætur, saxaðar
- 1 lítil handfylli baunaspíra, til að bera fram
- 1 lítið handfylli kóríanderlauf, til að bera fram

**Leiðbeiningar:**

a) Flysjið graskerið og skerið í 2 cm ($\frac{3}{4}$ tommu) teninga. Afhýðið og skerið gúrkuna í tvennt eftir endilöngu, skafið síðan fræin út með teskeið og skerið í þunnar sneiðar.

b) Setjið þykka kókosrjómann ofan á forminu í pott, látið sjóða hratt við meðalhita, hrærið í af og til og eldið í 5-10 mínútur, eða þar til blandan „klofar" (olían fer að skiljast). Bætið deiginu út í og hrærið í 2-3 mínútur, eða þar til ilmandi.

c) Bætið fiskisósunni og pálmasykrinum saman við og hrærið þar til það er uppleyst.

d) Bætið afganginum af kókosrjómanum, graskerinu og 3 matskeiðum af vatni út í, setjið lok á og látið suðuna koma upp. Lækkið niður í suðu og eldið í 10 mínútur, eða þar til graskerið er rétt farið að verða meyrt.

e) Bætið við strásveppum, rækjum, gúrku, tamarind, chilli, limesafa, kaffir lime laufum og kóríanderrótum.

f) Setjið lok á, aukið hitann og látið suðuna koma upp aftur áður en sjóðið er niður í suðu og soðið í 3-5 mínútur, eða þar til rækjurnar eru rétt soðnar í gegn.

g) Skreytið með baunaspírum og kóríanderlaufum.

## 26. Fiskkoftas í karrýsósu

Gerir 6 skammta

**Hráefni:**

**Koftas**

- 750 g (1 lb 10 oz) þétt hvít fiskflök, nokkurn veginn roðlaus,
- 1 laukur, saxaður
- 2-3 hvítlauksrif, mulin
- 1 matskeið rifinn engifer
- 4 matskeiðar saxað kóríander
- 1 tsk garam masala
- teskeið chilli duft
- 1 egg, léttþeytt olía, til grunnsteikingar

**Tómatkarrísósa**

- 2 matskeiðar olía
- 1 stór laukur, smátt saxaður
- 3-4 hvítlauksrif, mulin
- 1 matskeið rifinn engifer
- 1 tsk malað túrmerik

- 1 tsk malað kúmen
- 1 tsk malað kóríander
- 1 tsk garam masala
- ¼ tsk chilli duft
- 800 g (1 lb 12 oz) niðursoðnir niðursoðnir tómatar
- 3 matskeiðar saxað kóríander

**Leiðbeiningar:**

a) Setjið fiskinn í matvinnsluvél, eða í mortéli með stöpli, og vinnið eða hnoðið í slétt deig. Bætið lauknum, hvítlauknum, engiferinu, kóríanderlaufunum, garam masala, chiliduftinu og egginu út í og vinnið eða þjappið þar til það hefur blandast vel saman.

b) Notaðu blautar hendur til að mynda 1 matskeið af blöndunni í kúlu. Endurtaktu með afganginum af blöndunni.

c) Til að búa til tómatkarrýsósu, hitið olíuna í stórum potti, bætið lauknum, hvítlauknum og engiferinu út í og eldið, hrærið oft, við meðalhita í 8 mínútur, eða þar til þær eru létt gullin.

d) Bætið kryddinu út í og eldið, hrærið í, í 2 mínútur, eða þar til arómatískt. Bætið tómötunum og 250 ml (9 oz/1 bolli) vatni út í, minnkið síðan hitann og látið malla, hrærið oft í, í 15 mínútur, eða þar til minnkað og þykknað.

e) Á meðan skaltu hita olíuna á stórri pönnu að 2 cm dýpi ($\frac{3}{4}$ tommu). Bætið fiskkóftunum saman við í 3 eða 4 lotum og eldið í 3 mínútur, eða þar til þær eru brúnar um allt. Tæmið á pappírshandklæði.

f) Bætið koftunum út í sósuna og látið malla við vægan hita í 5 mínútur, eða þar til þær eru orðnar í gegn.

g) Blandið kóríander varlega saman við, kryddið með salti og berið fram skreytt með kóríandergreinum.

## 27. Grænt karrý með fiskibollum

Gerir 4 skammta

**Hráefni:**

- 350 g (12 oz), roðlaus, þétt hvít fiskflök, gróft skorin í bita
- 3 matskeiðar kókosrjómi
- 2 matskeiðar tilbúið grænt karrýmauk
- 440 ml (15¼ oz/1¾ bollar) kókosmjólk
- 175 g (6 oz) taílensk epli eggaldin (aubergín), skorin í fjórða
- 175 g (6 oz) eggaldin (aubergín)
- 2 matskeiðar fiskisósa
- 2 matskeiðar rakaður pálmasykur
- 50 g (1¾ oz) fínt sneidd galangal
- 3 kaffir lime lauf, rifin í tvennt
- 1 handfylli heilög basilíka til að bera fram
- ½ langt rautt chilli, fræhreinsað, fínt sneið, til að bera fram

**Leiðbeiningar:**

a) Setjið fiskflökin í matvinnsluvél, eða í mortéli með stöpli, og vinnið eða þjappið í slétt deig.

b) Setjið þykka kókosrjómann ofan af forminu í pott, látið sjóða hratt við meðalhita, hrærið í af og til og eldið í 5-10 mínútur, eða þar til blandan „klofar" (olían fer að skiljast).

c) Bætið karrýmaukinu út í og eldið í 5 mínútur, eða þar til ilmandi. Bætið afganginum af kókosmjólkinni út í og blandið vel saman.

d) Notaðu skeið eða blautar hendurnar til að móta fiskmaukið í litlar kúlur, um 2 cm ($\frac{3}{4}$ tommu) í þvermál, og slepptu þeim í kókosmjólkina.

e) Bætið eggaldinunum, fiskisósunni og sykri út í og eldið í 12-15 mínútur, hrærið af og til, eða þar til fiskurinn og eggaldinin eru soðin.

f) Hrærið galangal og kaffir lime laufum saman við. Smakkið til og stillið svo kryddið ef þarf.

g) Setjið með skeið í skál og stráið auka kókosmjólk, basilíkulaufum og sneiðum chilli yfir.

## 28. Rækjur með taílenskri basilíku

Gerir 4 skammta

**Hráefni:**

- 2 þurrkaðir langir rauðir chili
- 2 sítrónugrasstilkar, aðeins hvítur hluti, fínt skorinn
- 2,5 cm (1 tommu) stykki galangal, fínt sneið
- 5 hvítlauksrif, mulin
- 4 rauðir asískir skalottlaukar, smátt saxaðir
- 6 kóríanderrætur, smátt saxaðar
- 1 tsk rækjumauk
- 1 tsk malað kúmen
- 3 matskeiðar saxaðar ósaltaðar jarðhnetur
- 600 g (1 lb 5 oz) hráar rækjur (rækjur), afhýddar, afvegaðar, halar ósnortnar
- 2 matskeiðar olía
- 185 ml (6 oz/$\frac{3}{4}$ bolli) kókosmjólk
- 2 tsk fiskisósa
- 2 tsk rakaður pálmasykur (jaggery)
- 1 handfylli taílensk basilíkublöð, til að bera fram

**Leiðbeiningar:**

a) Leggið chili í bleyti í sjóðandi vatni í 5 mínútur, eða þar til mjúkt. Fjarlægðu fræ og stilka og saxaðu.

b) Setjið chilli og afganginn af karrýmaukinu í matvinnsluvél eða í mortéli með stöpli og vinnið eða steypið í slétt deig.

c) Skerið hverja rækju meðfram bakinu þannig að hún opnist eins og fiðrildi (skiljið hverja rækju eftir saman við botninn og við skottið).

d) Hitið olíuna í potti eða wok og hrærið 2 matskeiðar af karrýmaukinu við meðalhita í 2 mínútur, eða þar til ilmandi.

e) Bætið kókosmjólkinni, fiskisósunni og pálmasykrinum saman við og eldið í nokkrar sekúndur. Bætið rækjunum út í og eldið í nokkrar mínútur eða þar til þær eru eldaðar. Smakkið til og stillið svo kryddið ef þarf.

f) Berið fram skreytt með taílenskri basilíku.

# 29. Rjómalagt rækjukarrý

Gerir 4 skammta

**Hráefni:**

- 500 g (1 lb 2 oz) tígrisrækjur, afhýddar, afvegaðar, með ósnortinn hala
- 1½ msk sítrónusafi
- 3 matskeiðar olía
- 1 laukur, smátt saxaður
- 1 tsk malað túrmerik
- 1 kanilstöng
- 4 negull
- 7 kardimommubelgir, marinir
- 5 indversk lárviðarlauf (kassía)
- 2 cm (¾ tommu) stykki engifer, rifið
- 3 hvítlauksrif, mulin
- 1 tsk chilli duft
- 170 ml (5½ oz/2/3 bolli) kókosmjólk

**Leiðbeiningar:**

a) Setjið rækjurnar í skál, bætið sítrónusafanum út í, blandið síðan saman og látið þær standa í 5 mínútur. Skolið rækjurnar undir rennandi köldu vatni og þurrkið þær með pappírshandklæði.

b) Hitið olíuna á þykkri pönnu og steikið laukinn þar til hann er ljósbrúnn. Bætið túrmerik, kanil, negul, kardimommum, lárviðarlaufum, engifer og hvítlauk út í og steikið í 1 mínútu.

c) Bætið chiliduftinu, kókosmjólkinni og salti út í eftir smekk og hitið rólega að suðu. Lækkið hitann og látið malla í 2 mínútur.

d) Bætið rækjunum út í, náið suðunni aftur, lækkið hitann og látið malla í 5 mínútur, eða þar til rækjurnar eru eldaðar í gegn og sósan þykk.

**FJALGLÆÐ KARRY**

## 30. Sætt og súrt kjúklingakarrí

Gerir 4 skammta

**Hráefni:**

- 1 pund af 1"-teningum roðlausum, beinlausum kjúklingabringum
- 1 x 14 & 1/2-oz. dós af niðursoðnum tómötum
- 1 x 1"-teningur græn paprika, stór
- 1 sneið, stór laukur
- 1 & 1/2 tsk af karrýdufti
- 1/2 bolli chutney, mangó
- 2 matskeiðar af maíssterkju
- 1/4 bolli af vatni, kalt

**Leiðbeiningar:**

a) Blandið kjúklingi saman við tómötum, lauk, grænum pipar, karrýdufti og mangóchutney í hægum eldavél. Þekja.

b) Eldið á háu stillingu í 3 til 4 klukkustundir, þar til ekkert bleikt er eftir í kjúklingakjöti.

c) Blandið vatni og maíssterkju saman þar til slétt er og hrærið blöndunni í hæga eldavélina. Þekja.

Eldið á háu stillingu þar til það er þykkt, um 1/2 klukkustund. Berið fram.

## 31. Karrísúpa með núðlum

Gerir 6 skammta

**Hráefni:**

- 2 matskeiðar af olíu, grænmeti
- 3 matskeiðar skalottlaukur, saxaður
- 3 saxaðir hvítlauksgeirar
- 2 matskeiðar af sítrónugrasi, hakkað - fargið ystu blöðunum
- 2 matskeiðar af fersku engifer, skrældar, saxaðar
- 2 matskeiðar af karrýmauki, gult
- 2 matskeiðar af karrýdufti
- 1 tsk af chilipasta, heitt
- 2 x 13 & 1/2 - 14 oz. dósir af kókosmjólk, ósykraða
- 5 bollar af kjúklingasoði, lítið natríum
- 2 & 1/2 matskeiðar af fiskisósu
- 2 teskeiðar af sykri, kornað
- 3 bollar af klipptum snjóbaunum

- 2 bollar af sætum kartöflum, 1/2" skrældar teninga
- 1 pund af þurrkuðum núðlum, vermicelli
- 3/4 pund af þunnt sneiðum kjúklingalæri, beinlaust, roðlaust
- 1/2 bolli af rauðlauk, þunnt sneið
- 1/4 bolli af grænum lauk, skorinn þunnt
- 1/4 bolli saxaður kóríander, ferskur
- 2 rauð chili, jalapeño
- 1 lime skorið í fleyg

**Leiðbeiningar:**

a) Hitið olíuna í stórum, þungum potti á meðalhita . Bætið við næstu fjórum hráefnum og hrærið í eina mínútu eða svo þar til ilmandi.

b) Lækkið hitastigið í miðlungs lágt . Hrærið chilipasta, karrýmauki og karrýdufti saman við. Bætið við 1/2 bolla af kókosmjólk.

c) Hrærið í nokkrar mínútur þar til ilmandi og þykkt. Bætið afganginum af kókosmjólkinni út í ásamt fiskisósu, seyði og sykri. Látið síðan suðuna koma upp og haltu því heitu.

d) Eldið snjóbaunurnar í potti með söltu, sjóðandi vatni í 1/2 mínútu þar til þær eru ljósgrænar. Notaðu síuna til að fjarlægja baunirnar úr pottinum. Kældu með því að skola undir kranavatni. Setjið baunirnar í meðalstóra skál. Hitið pottinn af vatni aftur að suðu. Bætið sætu kartöflunni út í. Eldið í sjö mínútur þar til það er mjúkt.

e) Notaðu síu til að fjarlægja sætu kartöflurnar úr pottinum. Kældu með því að skola undir kranavatni. Setjið í litla skál. Hitið sama pott af vatni aftur að suðu. Eldið núðlurnar í 5-6 mínútur þar til þær eru stífar en mjúkar. Tæmið og skolið í köldu vatni þar til það er kólnað. Flyttu núðlur í örbylgjuofnþolna skál.

f) Látið suðuna koma upp. Bætið kjúklingnum út í. Látið malla í 10-12 mínútur þar til kjúklingurinn hefur eldast að fullu. Bætið sætu kartöflunum út í. Hrærið í eina mínútu eða svo, hitið í gegn. Hitið núðlurnar í örbylgjuofni með 30 sekúndna millibili til að hitna aftur.

g) Skiptið núðlunum í einstakar skálar. Skiptið upphitaðri súpu og snjóbaunum í skálar. Dreifið súpu með chili, kóríander, grænum lauk og rauðlauk. Berið fram.

## 32. Karrí í Karíbahafi

Gerir 8 skammta

**Hráefni:**

- 1 matskeið af karrýdufti
- 1 tsk pipar, malaður
- 1 teskeið af hvítlauksdufti
- 8 kjúklingalæri, roðlaust, beinlaust
- 1 þunnt sneiddur meðalstór laukur
- 1 & 1/2 bollar af kreóla mojo marineringu
- 2 matskeiðar af olíu, canola
- 2 matskeiðar af hveiti, allskyns

**Leiðbeiningar:**

a) Blandið karrýduftinu saman við hvítlauksduft og mulinn pipar. Stráið blöndunni yfir kjúklinginn og þrýstið niður þannig að hann festist við kjúklinginn.

b) Setjið kjúklinginn í hægan eldavél. Stráið lauknum yfir. Hellið marineringunni varlega meðfram hæga eldavélinni, en forðastu kjúklinginn svo hjúpurinn haldist ósnortinn.

c) Lokið hæga eldavélinni. Eldið við lægstu stillingu í 4 til 6 klukkustundir. Fjarlægðu kjúklinginn og haltu honum heitum.

d) Hellið safa úr hæga eldavélinni í mæliglas og fletjið fituna af. Hitið olíu á stórri pönnu á meðalhita . Þeytið hveitið út í þar til það er slétt. Þeytið matreiðslusafann út í smám saman.

e) Látið suðuna koma upp. Hrærið stöðugt á meðan eldað er í 1 til 2 mínútur, þar til blandan þykknar. Lækkaðu hitastigið.

f) Bætið kjúklingnum út í. Látið malla í 5-7 mínútur. Berið fram.

## 33. Kjúklingasæfa karrý

Gerir 8 skammta

**Hráefni:**

- 1 matskeið af smjöri, ósaltað
- 2 saxaðir laukar, meðalstórir
- 2 teskeiðar af karrýdufti
- 2 söxuð rif af sellerí
- Dapur af cayenne pipar
- 1/4 teskeið af salti, kosher
- 1/4 tsk pipar, malaður
- 5 bollar maís, frosinn
- 3 x 14 & 1/2-oz. dósir af kjúklingasoði, lítið natríum
- 1/2 bolli af hveiti, til allra nota
- 1/2 bolli mjólk, 2%
- 3 bollar af kjúklingabringum, skornar í teninga og soðnar
- 1/3 bolli hakkað kóríander, ferskt

**Leiðbeiningar:**

a) Hitið smjörið á miðlungshita í stórum potti . Bætið við sellerí og lauk. Hrærið á meðan eldað er þar til þær eru mjúkar. Hrærið kryddinu saman við og eldið í 1/2 mínútu í viðbót.

b) Hrærið seyði og maís saman við og látið suðuna koma upp. Lækkið hitann og setjið lok á pottinn. Látið malla í 15-20 mínútur.

c) Þeytið mjólk og hveiti í lítilli skál þar til það er slétt og hrærið því út í súpuna. Látið suðuna koma aftur upp. Hrærið á meðan eldað er þar til það þykknar, um tvær mínútur. Hrærið kóríander og kjúklingi saman við og hitið að fullu í gegn. Berið fram.

## 34. Slow Cooker Kjúklingakarrí

Gerir 6 skammta

**Hráefni:**

- 6 helminga kjúklingabringur, roðlausar, beinlausar
- 1 & 1/4 teskeið af salti, kosher
- 1 x 14 oz. dós af kókosmjólk, létt
- 1/2 tsk af túrmerik, malað
- 1/2 tsk af cayenne pipar
- 1 tsk af karrýdufti
- 3 sneiðar grænir laukar
- 2 matskeiðar af vatni, kalt
- 2 matskeiðar af maíssterkju
- 1-2 matskeiðar af lime safa
- 3 bollar af soðnum, heitum hrísgrjónum

**Leiðbeiningar:**

a) Stráið salti yfir kjúklinginn. Húðaðu stóra pönnu sem festist ekki við með eldunarúða. Brúnið síðan kjúklinginn á hvorri hlið og setjið í stóran hægan eldavél.

b) Í meðalstórri skál, blandaðu saman kókosmjólk, túrmerik, cayenne og karrý. Hellið blöndunni yfir kjúklinginn. Stráið 1/2 af lauknum yfir. Þekja. Eldið í hægum eldavél þar til kjúklingurinn verður mjúkur, 4 til 5 klukkustundir.

c) Blandið saman köldu vatni og maíssterkju þar til slétt er og hrærið blöndunni í hæga eldavélina. Settu hlífina aftur á. Eldið á háu stigi þar til sósan þykknar, um það bil hálftíma. Hrærið limesafanum saman við. Berið kjúklinginn fram með heitum hrísgrjónum.

d) Hellið sósu yfir og stráið afganginum af lauknum yfir.

## 35. Kjúklingakarrí að tælenskum stíl

Gerir 4 skammta

**Hráefni:**

- 1 pund af 1/2" kjúklingabringum, roðlausar, beinlausar
- 1/2 tsk af salti, kosher
- 1/4 tsk pipar, malaður
- 1 matskeið af olíu, ólífuolía
- 6 grænir laukar í þunnar sneiðar
- 1 hakkað hvítlauksrif
- 2 matskeiðar af maíssterkju
- 1 & 1/2 bollar af soði, kjúklingur
- 3/4 bolli kókosmjólk, létt
- 1 matskeið af lime safi, ferskur
- 1 teskeið af karrýmauki, rautt
- 1 teskeið af sojasósu, minnkað natríum
- 2 bollar af hýðishrísgrjónum, soðin
- 1/4 bolli af rifnum kókos, ósykrað

**Leiðbeiningar:**

a) Kasta kjúklingnum með kosher salti og möluðum pipar. Hitið olíuna á miðlungs hátt í stórri pönnu . Bætið kjúklingnum út í. Hrærið á meðan eldað er í 2 til 3 mínútur, þar til að utan er ekki bleikur lengur. Bætið hvítlauknum og grænlauknum saman við. Eldið í eina mínútu í viðbót.

b) Í lítilli skál, blandið soðinu og maíssterkju saman þar til það er slétt og hrærið blöndunni í meðalstóra pönnu. Bætið kókosmjólkinni, karrýmaukinu, sojasósunni og limesafanum út í. Látið suðuna koma upp. Dragðu úr hitanum.

c) Látið pönnuna vera ólokið og látið malla í 5 til 6 mínútur þar til sósan hefur þykknað nokkuð. Bætið við hrísgrjónabeðið og stráið kókosnum yfir. Berið fram.

## 36. Kókos kjúklinga karrý

Gerir 6 skammta

**Hráefni:**

- 2 x 14 oz. dósir af kókosmjólk, ljósar
- 1/3 - 1/2 bolli karrýmauk, rautt
- 1 x 8,80 únsur. pakki af hrísgrjónanúðlum, þunnt
- 2 x 14 & 1/2-oz. dósir af kjúklingasoði, lítið natríum
- 1/4 bolli púðursykur, pakkaður
- 3/4 teskeiðar af hvítlaukssalti
- 2 matskeiðar af sojasósu eða fiskisósu
- 3 bollar af rotisserie kjúklingi
- 1 & 1/2 bollar af hvítkálsrifum
- 1 & 1/2 bollar af gulrótarstrimlum
- 3/4 bolli baunaspíra
- Cilantro lauf, ferskt
- Basil, fersk

**Leiðbeiningar:**

a) Í stórum potti, láttu kókosmjólkina sjóða. Skildu afhjúpað. Eldið þar til vökvinn hefur minnkað í þrjá bolla, 10 til 12 mínútur. Bætið við og hrærið karrýmaukinu út í þar til það leysist alveg upp.

b) Undirbúið núðlurnar eftir leiðbeiningunum á pakkanum.

c) Bætið soði, fiskisósu, hvítlaukssalti og púðursykri út í karrýblönduna og suðu aftur upp. Lækkið síðan hitann. Látið standa ólokið og hrærið af og til á meðan það er kraumað, í 10-12 mínútur. Hrærið kjúklingnum út í og hitið að fullu í gegn.

d) Tæmið núðlurnar og skiptið þeim í sex skálar. Hellið súpu yfir núðlurnar og toppið með grænmeti, kóríander og basil. Berið fram.

## 37. Ananas karrý

Gerir 6 skammta

**Hráefni:**

- 2 x 8-oz. dósir af ótæmdum, ósykruðum ananas
- 6 kjúklingabringur helmingar af hýði, með bein
- 1 x 15 oz. dós af skoluðum, tæmdum kjúklingabaunum eða garbanzo baunum
- 1 x 1" laukur, stór

- 1 bolli gulrætur, niðurskornar
- 1 strimlaskorinn, miðlungs, sætur pipar, rauður
- 1/2 bolli kókosmjólk, létt
- 2 matskeiðar af maíssterkju
- 2 matskeiðar af sykri, kornað
- 2 söxuð hvítlauksrif
- 2 tsk af söxuðum engiferrót, fersk
- 3 teskeiðar af karrýdufti
- 1 teskeið af salti, kosher
- 1 tsk pipar, svartur

- 1 tsk af lime safa, ferskur er bestur
- 1/2 tsk af muldum piparflögum, rauðum
- Til framreiðslu: soðin, heit hrísgrjón
- 1/3 bolli söxuð basilíka, fersk
- Valfrjálst: Ristað, rifin, sætuð kókos

**Leiðbeiningar:**

a) Tæmdu ananasinn. Geymið 3/4 bolla af safa þess. Setjið kjúkling, kjúklingabaunir, grænmeti og ananas í stóran hægan eldavél.

b) Í lítilli skál, blandaðu kókosmjólkinni saman við maíssterkju þar til þú hefur slétta áferð. Hrærið sykri, hvítlauk, karrýduft, engifer, kosher salt, svartur pipar, rauðar piparflögur, limesafi og geymdur ananassafi. Hellið blöndunni yfir kjúklinginn.

c) Lokið hæga eldavélinni. Eldið á lágu hitastigi í 6 til 8 klukkustundir þar til kjúklingurinn er orðinn mjúkur. Berið fram með eða yfir hrísgrjónum. Stráið basilíkunni yfir, síðan kókos, ef vill.

## 38. Karrí að indverskum stíl

Gerir 6 skammta

**Hráefni:**

- 2 pund. af kjúklingabringum helmingum, beinlaus, roðlaus
- 2 teskeiðar af salti, kosher
- 1/2 bolli af olíu, grænmeti
- 1 & 1/2 bollar laukur, saxaður
- 1 matskeið af hvítlauk, hakkað
- 1 matskeið af karrýdufti
- 1 & 1/2 tsk af hakkaðri engiferrót, fersk
- 1 teskeið af kúmeni, malað
- 1 teskeið af túrmerik, malað
- 1 teskeið af kóríander, malað
- 1 teskeið af pipar, cayenne
- 1 matskeið af vatni, síað
- 1 x 15 oz. dós af tómötum, mulið
- 1 bolli jógúrt, venjuleg
- 1 matskeið saxaður kóríander, ferskur

- 1 teskeið af salti, kosher
- 1/2 bolli af vatni, síað
- 1 tsk af garam masala kryddblöndu
- 1 matskeið saxaður kóríander, ferskur
- 1 matskeið af sítrónusafa, ferskur

**Leiðbeiningar:**

a) Stráið kjúklingnum yfir 2 teskeiðar af salti.

b) Hitið olíu á stórri pönnu á hámarki. Eldið kjúklinginn að hluta í lotum í heitri olíu þar til hann er alveg brúnn.

c) Færið brúnaðan kjúkling yfir á disk. Leggðu það til hliðar.

d) Lækkið hitann undir pönnu í miðlungs hátt . Bætið hvítlauk, engifer og lauk út í olíu sem eftir er á pönnu. Eldið í 8-10 mínútur þar til laukurinn er orðinn hálfgagnsær. Hrærið 1 matskeið af vatni ásamt kúmeni, karrýdufti, cayenne, kóríander og túrmerik í laukblönduna. Hrærið á meðan það hitnar í eina mínútu eða svo.

e) Blandið 1 matskeið af saxuðu kóríander með 1 teskeið af salti, tómötum og jógúrt í laukblönduna.

Settu kjúklingabringurnar aftur á pönnu, með hvaða diskasafa sem er.

f) Bætið 1/2 bolla af vatni við blönduna og látið suðuna koma upp um leið og þú snýrð kjúklingnum, húðaðu hann með sósu. Stráið 1 matskeið af kóríander og garam masala yfir kjúklinginn.

g) Lokið pönnu. Látið malla í 20 til 25 mínútur, þar til kjúklingurinn er ekki lengur bleikur og safinn er orðinn glær. Innra hitastig ætti að vera 165F eða hærra. Stráið sítrónusafanum yfir og berið fram.

## 39. Kryddað kalkún karrý

Gerir 4 skammta

**Hráefni:**

- 1/2 bolli gulrætur, sneiddar
- 1 bolli sellerí, sneið
- 1 bolli af mjólk, fitulaus
- 2 matskeiðar af maíssterkju
- 3/4 bolli af kjúklingasoði, lítið natríum
- 2 bollar af soðnum, hægelduðum kjúkling eða kalkún
- 2 matskeiðar af þurrkuðum lauk, hakkað
- 1/2 tsk af hvítlauksdufti
- 1/4 tsk af karrýdufti
- Valfrjálst: heit hrísgrjón, soðin

**Leiðbeiningar:**

a) Húðaðu pönnu létt með því að nota non-stick úða. Steikið gulrætur og sellerí þar til þær eru meyrar.

b) Blandið 1/4 bolla af mjólk og maíssterkju í meðalstóra skál. Bætið afganginum af mjólkinni og soðinu út í. Blandið þar til þú hefur slétta áferð.

c) Hellið blöndunni yfir grænmetið. Látið suðuna koma upp og hrærið á meðan eldað er þar til það þykknar, 2-3 mínútur. Bætið við kalkúni eða kjúklingi, hvítlauk og karrídufti og lauk. Hrærið af og til á meðan það hitnar að fullu í gegn.

d) Berið fram með hrísgrjónum ef vill.

## 40. Andakarrý með ananas

Gerir 4-6 skammta

**Hráefni:**

- 15 þurrkaðir langir rauðir chili
- 1 matskeið hvít piparkorn
- 2 tsk kóríanderfræ
- 1 tsk kúmenfræ
- 2 tsk rækjumauk
- 5 rauðir asískir skalottlaukar, saxaðir
- 10 hvítlauksgeirar, saxaðir
- 2 sítrónugrasstilkar, aðeins hvítur hluti, fínt skorinn
- 1 matskeið saxaður galangal
- 2 matskeiðar söxuð kóríanderrót
- 1 tsk fínt rifinn kaffir lime börkur
- 1 matskeið hnetuolía
- 8 vorlaukar, skornir á ská í 3 cm ($1\frac{1}{4}$ tommu) lengdir
- 2 hvítlauksrif, mulin
- 1 kínversk steikt önd, skorin í stóra bita

- 400 ml (14 oz) kókosmjólk
- 450 g (1 pund) niðursoðnir ananasbitar í sírópi, tæmdir
- 3 kaffir lime lauf
- 3 matskeiðar söxuð kóríanderlauf
- 2 matskeiðar söxuð mynta

**Leiðbeiningar:**

a) Leggið chili í bleyti í sjóðandi vatni í 5 mínútur, eða þar til mjúkt. Fjarlægðu stilkinn og fræin og saxaðu síðan.

b) Þurrsteikið piparkornin, kóríanderfræin, kúmenfræin og rækjumaukið pakkað inn í filmu á pönnu við miðlungsháan hita í 2-3 mínútur, eða þar til ilmandi. Látið kólna.

c) Myljið eða malið piparkorn, kóríander og kúmen í duft.

d) Setjið hakkað chili, rækjumauk og malað krydd með restinni af karrýmaukinu í matvinnsluvél, eða í mortéli með stöpli, og vinnið eða þjappið í slétt deig.

e) Hitið wok þar til það er mjög heitt, bætið olíunni út í og hrærið til að hjúpa hliðina. Bætið lauknum, hvítlauknum og 2-4 matskeiðum af rauðu karrýmauki út í og hrærið í 1 mínútu, eða þar til ilmandi.

f) Bætið við steiktu öndunum, kókosmjólkinni, tæmdum ananasbitum, kaffir lime laufum og helmingnum af kóríander og myntu. Látið suðuna koma upp, lækkið þá hitann og látið malla í 10 mínútur, eða þar til öndin er hituð í gegn og sósan hefur þykknað aðeins.

g) Hrærið afganginum af kóríander og myntu saman við og berið fram.

# 41. Ríkuleg kjúklingakófta

Gerir 4 skammta

**Hráefni:**

- 2 matskeiðar olía
- 1 laukur, smátt saxaður
- 1 hvítlauksgeiri, pressaður
- 1 tsk smátt saxað engifer
- 1 tsk malað kúmen
- 1 tsk garam masala
- ½ tsk malað túrmerik
- 650 g (1 lb 7 oz) kjúklingalæri flök, snyrt
- 2 matskeiðar söxuð kóríanderlauf
- 1 matskeið ghee eða olía
- 1 laukur, gróft saxaður
- 2 hvítlauksrif, mulin
- 2 tsk garam masala
- ½ tsk malað túrmerik
- 170 ml (5½ oz/2/3 bolli) kókosmjólk
- 90 g (3¼ oz/1/3 bolli) hrein jógúrt

- 125 ml (4 oz/½ bolli) þykknað (þeyttur) rjómi
- 35 g (1¼ oz/1/3 bolli) malaðar möndlur
- 2 matskeiðar söxuð kóríanderlauf

**Leiðbeiningar:**

a) Til að búa til koftas, hitið helminginn af olíunni á pönnu. Bætið lauknum, hvítlauknum, engiferinu, möluðu kúmeninu, garam masala og möluðu túrmerikinu út í og eldið, hrærið í, í 4-6 mínútur, eða þar til laukurinn er mjúkur og kryddið ilmandi. Látið kólna.

b) Setjið kjúklingaflökin í skömmtum í matvinnsluvél og vinnið þar til rétt saxað.

c) Setjið kjúklinginn, laukblönduna, kóríander og ½ tsk salt í skál og blandið vel saman. Notaðu blautar hendur, mældu 1 matskeið af blöndunni og mótaðu í kúlu.

d) Endurtaktu með afganginum af blöndunni. Hitið olíuna sem eftir er á steikarpönnu, bætið koftunum saman við í skömmtum og eldið í 4-5 mínútur, eða þar til þær eru vel brúnaðar yfir allt. Takið af pönnunni og lokið. Setjið laukinn í matvinnsluvél og vinnið þar til hann er sléttur.

e) Hitið ghee eða olíu á pönnu. Bætið lauknum og hvítlauknum út í og eldið, hrærið í, í 5 mínútur þar til blandan fer að þykkna.

f) Bætið garam masala og túrmerik út í og eldið í 2 mínútur. Bætið kókosmjólk, jógúrt, rjóma og möluðum möndlum saman við.

g) Látið suðuna koma upp næstum, lækkið hitann í miðlungs og bætið koftunum út í. Eldið, hrærið af og til, í 15 mínútur, eða þar til koftas eru soðin í gegn. Hrærið kóríander út í og berið fram.

## 42. Smjörkjúklingur

Gerir 4 skammta

**Hráefni:**

- 2 matskeiðar hnetuolía
- 1 kg (2 lb 4 oz), kjúklingalæri í fjórða hluta
- 100 g ($3\frac{1}{2}$ oz) smjör eða ghee
- 3 tsk garam masala
- 2 tsk sæt paprika
- 1 matskeið malað kóríander
- 1 matskeið smátt saxað engifer
- 3 tsk malað kúmen
- 2 hvítlauksrif, mulin
- 1 tsk chilli duft
- 1 kanilstöng
- 5 kardimommubelgir, marinir
- $2\frac{1}{2}$ matskeiðar tómatmauk (þykkt mauk)
- 1 matskeið sykur
- 90 g ($3\frac{1}{4}$ oz/1/3 bolli) hrein jógúrt
- 185 ml (6 oz/$\frac{3}{4}$ bolli) rjómi (þeyttur)

- 1 matskeið sítrónusafi

**Leiðbeiningar:**

a) Hitið pönnu eða wok þar til það er mjög heitt, bætið við 1 msk olíu og hrærið til að hjúpa. Bætið helmingnum af kjúklingalæraflökum saman við og hrærið í 4 mínútur, eða þar til þau eru brún.

b) Takið af pönnunni. Bætið við auka olíu, eftir þörfum, og eldið kjúklinginn sem eftir er og fjarlægðu síðan.

c) Lækkið hitann, bætið smjörinu á pönnuna eða wokið og bræðið. Bætið garam masala, sætri papriku, kóríander, engifer, kúmeni, hvítlauk, chilli dufti, kanilstöng og kardimommubungum saman við og hrærið -steikið í 1 mínútu, eða þar til ilmandi. Setjið kjúklinginn aftur á pönnuna og blandið kryddinu saman við svo hann verði vel húðaður.

d) Bætið tómatmaukinu og sykrinum saman við og látið malla, hrærið í, í 15 mínútur, eða þar til kjúklingurinn er mjúkur og sósan hefur þykknað.

e) Bætið jógúrtinni, rjómanum og sítrónusafanum út í og látið malla í 5 mínútur, eða þar til sósan hefur þykknað aðeins.

## 43. Kjúklinga og epla eggaldin karrý

Gerir 4 skammta

**Hráefni:**

- 1 tsk hvít piparkorn
- 2 matskeiðar þurrkaðar rækjur
- 1 tsk rækjumauk
- 2 matskeiðar söxuð kóríanderrót
- 3 sítrónugrasstilkar, aðeins hvítur hluti, þunnar sneiðar
- 3 hvítlauksrif
- 1 matskeið smátt saxað engifer
- 1 rauður chilli, saxaður
- 4 kaffir lime lauf
- 3 matskeiðar fiskisósa
- 3 matskeiðar lime safi
- 1 tsk malað túrmerik
- 500 g (1 lb 2 oz) kjúklingalæri flök
- 250 g (9 oz) taílenskt epli eggaldin (aubergín)
- 400 ml (14 oz) kókosrjómi (ekki hrista dósina)

- 2 matskeiðar rakaður pálmasykur (jaggery)
- 1 rauð paprika (pipar), skorin í sneiðar
- 230 g (8½ oz) vatnskastaníuhnetur í dós, sneiðar, tæmdar
- 1 msk söxuð kóríanderlauf
- 1 matskeið söxuð taílensk basilíka

**Leiðbeiningar:**

a) Þurrsteikið piparkornin, þurrkaðar rækjur og rækjumaukið vafið inn í álpappír á pönnu við meðalháan hita í 2-3 mínútur, eða þar til ilmandi.

b) Látið kólna. Notaðu mortéli með stöpli, eða kryddkvörn, myldu eða malaðu piparkornin í duft. Vinnið þurrkuðu rækjuna í matvinnsluvél þar til hún verður mjög fínt rifin — myndar „þráð".

c) Setjið mulið piparkorn, rifnar þurrkaðar rækjur og rækjumaukið með afganginum af karrýmaukinu í matvinnsluvél eða í mortéli með stöpli og vinnið eða steypið í slétt deig.

d) Skerið kjúklingalæriflökin í 2,5 cm (1 tommu) teninga. Skerið eggaldinið í bita af svipaðri stærð.

e) Setjið þykka kókosrjómann ofan af forminu í pott, látið sjóða hratt við meðalhita, hrærið í af og til og eldið í 5-10 mínútur, eða þar til blandan „klofar" (olían fer að skiljast).

f) Bætið karrýmaukinu út í og hrærið í 5-6 mínútur, eða þar til ilmandi. Bætið pálmasykrinum út í og hrærið þar til hann er uppleystur.

g) Bætið kjúklingnum, eggaldininu, paprikunni, helmingnum af kókosrjómanum og vatnskastanunum út í. Látið suðuna koma upp, lokið á og látið sjóða niður í suðu og eldið í 15 mínútur, eða þar til kjúklingurinn er eldaður og eggaldin mjúkur.

h) Hrærið afganginum af kókosrjómanum, kóríander og basilíku saman við.

## 44. Burmesskt kjúklingakarrí

Gerir 6 skammta

**Hráefni:**

- 1 matskeið meðalkryddað indverskt karrýduft
- 1 tsk garam masala
- 1 tsk cayenne pipar
- 2 tsk sæt paprika
- 1,6 kg (3 lb 8 oz) heill kjúklingur skorinn í 8 bita eða 1,6 kg (3 lb 8 oz) blandaðir kjúklingabitar
- 2 laukar, saxaðir
- 3 hvítlauksrif, mulin
- 2 tsk rifið engifer
- 2 tómatar, saxaðir
- 2 tsk tómatmauk
- 1 sítrónugrasstilkur, aðeins hvítur hluti, þunnar sneiðar
- 3 matskeiðar olía
- 500 ml (17 oz/2 bollar) kjúklingakraftur
- 1 tsk sykur
- 1 msk fiskisósa

**Leiðbeiningar:**

a) Blandið karrýduftinu, garam masala, cayenne pipar og papriku saman í skál.

b) Nuddið þessari kryddblöndu yfir alla kjúklingabitana og setjið til hliðar.

c) Setjið laukinn, hvítlaukinn, engiferið, tómatana, tómatmaukið og sítrónugrasið í matvinnsluvél eða í mortéli með stöpli og vinnið eða steypið í slétt deig.

d) Hitið olíuna á miðlungshita í stórri steikarpönnu (sem passar fyrir kjúklingabitana í einu lagi), bætið kjúklingnum út í og brúnið yfir allt, takið síðan af pönnunni.

e) Bætið laukmaukinu á sömu pönnu og steikið við vægan hita í 5-8 mínútur og hrærið stöðugt í. Setjið kjúklinginn aftur á pönnuna og snúið við til að hjúpa deigið.

f) Bætið kjúklingakraftinum og sykri út í og látið suðuna koma upp. Lækkið hitann í lágan, setjið lok á og eldið í 1¼ klukkustund, eða þar til kjúklingurinn er mjög meyr. Á meðan á eldun stendur skal rýma allri olíu sem kemur upp á yfirborðið og henda henni.

g) Hrærið fiskisósunni út í og berið fram.

# 45. Malasískt kjúklingakarrí

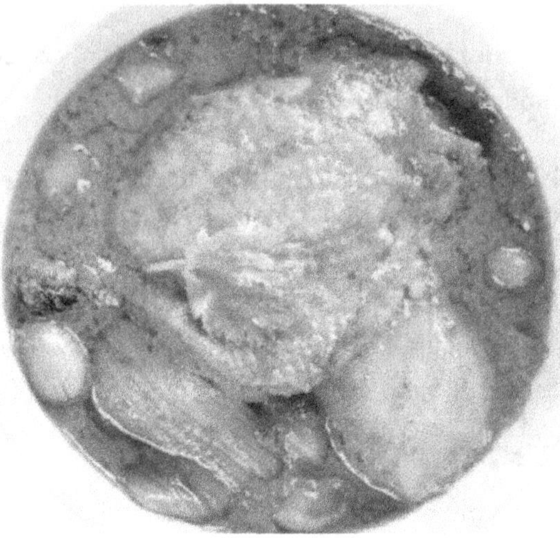

Gerir 4 skammta

**Hráefni:**

- 3 tsk þurrkaðar rækjur
- 80 ml (2½ oz/1/3 bolli) olía
- 6-8 rauðir chili, fræhreinsaðir, smátt saxaðir
- 4 hvítlauksrif, mulin
- 3 sítrónugrasstilkar, aðeins hvítur hluti, smátt saxaður
- 2 tsk malað túrmerik
- 10 kertahnetur
- 2 stórir laukar, saxaðir
- 250 ml (9 oz/1 bolli) kókosmjólk
- 1,5 kg (3 lb 5 oz) heill kjúklingur, skorinn í 8 bita
- 125 ml (4 oz/½ bolli) kókosrjómi
- 2 matskeiðar lime safi

**Leiðbeiningar:**

a) Setjið rækjurnar á pönnu og þurrsteikið við vægan hita, hristið pönnuna reglulega, í 3 mínútur, eða þar til rækjurnar eru dökk appelsínugular og gefa frá sér sterkan ilm. Látið kólna.

b) Setjið rækjuna, helminginn af olíunni, chilli, hvítlauk, sítrónugrasi, túrmerik og kertahnetur í matvinnsluvél eða í mortéli með stöpli og vinnið eða steypið í slétt deig.

c) Hitið afganginn af olíunni í wok eða pönnu, bætið lauknum og $\frac{1}{4}$ teskeið af salti út í og eldið, hrærið reglulega, við lágan-miðlungshita í 8 mínútur, eða þar til hann er gullinn.

d) Bætið kryddmaukinu út í og hrærið í 5 mínútur. Ef blandan fer að festast við botninn á pönnunni, bætið þá við 2 msk kókosmjólk. Mikilvægt er að elda blönduna vel þar sem það þróar bragðið.

e) Bætið kjúklingnum í wokið eða pönnuna og eldið, hrærið í, í 5 mínútur, eða þar til hann byrjar að brúnast.

f) Hrærið afganginum af kókosmjólkinni og 250 ml (9 oz/1 bolli) vatni saman við og látið suðuna koma upp. Lækkið hitann og látið malla í 50 mínútur, eða þar til kjúklingurinn er eldaður og sósan hefur þykknað aðeins.

g) Bætið kókosrjómanum út í og látið suðuna koma upp aftur, hrærið stöðugt í. Bætið limesafanum út í og berið fram strax.

## 46. Malasískt kjúklingakarrí

Gerir 4 skammta

**Hráefni:**

- 1 tsk rækjumauk
- 2 rauðlaukar, saxaðir
- 4 rauðir chili, fræhreinsaðir
- 4 hvítlauksrif, mulin
- 2 sítrónugrasstilkar, aðeins hvítur hluti, skorinn í sneiðar
- 3 cm ($1\frac{1}{4}$ tommu) galangal teningur, skorinn í sneiðar
- 8 kaffir lime lauf, grófsöxuð
- 1 tsk malað túrmerik
- 2 matskeiðar olía
- 750 g (1 lb 10 oz) kjúklingalæri flök, skorin í hæfilega stóra bita
- 400 ml (14 oz) kókosmjólk
- $3\frac{1}{2}$ matskeiðar tamarindmauk
- 1 msk fiskisósa
- 3 kaffir lime lauf, rifin

**Leiðbeiningar:**

a) Þurrsteikið rækjumaukið vafinn inn í álpappír á pönnu við meðalháan hita í 2-3 mínútur, eða þar til ilmandi. Látið kólna.

b) Setjið rækjumaukið með afganginum af karrýmaukinu í matvinnsluvél, eða í mortéli með stöpli, og vinnið eða þjappið í slétt deig.

c) Hitið wok eða stóran pott yfir háum hita, bætið olíunni út í og hrærið til að hjúpa hliðina. Bætið karrýmaukinu út í og eldið, hrærið af og til, við vægan hita í 8-10 mínútur, eða þar til ilmandi. Bætið kjúklingnum út í og steikið með deiginu í 2-3 mínútur.

d) Bætið kókosmjólkinni, tamarindmaukinu og fiskisósunni út í wokið og látið malla, hrærið af og til, í 15-20 mínútur, eða þar til kjúklingurinn er mjúkur.

e) Skreytið með rifnum kaffir lime laufum og berið fram.

## 47. Önd og kókos karrý

Gerir 6 skammta

**Hráefni:**

- $1\frac{1}{2}$ tsk kóríanderfræ
- 1 tsk kardimommufræ
- 1 tsk fenugreek fræ
- 1 tsk brún sinnepsfræ
- 10 svört piparkorn
- 1 rauðlaukur, saxaður
- 2 hvítlauksrif, mulin
- 4 rauðir chili, fræhreinsaðir, saxaðir
- 2 kóríanderrætur, saxaðar
- 2 tsk rifið engifer
- 2 tsk garam masala
- 1 tsk malað túrmerik
- 2 tsk tamarindmauk
- 6 andabringur flök
- 1 rauðlaukur, sneiddur
- 125 ml (4 oz/$\frac{1}{2}$ bolli) hvítt edik

- 500 ml (17 oz/2 bollar) kókosmjólk
- 1 lítil handfylli kóríanderlauf

**Leiðbeiningar:**

a) Þurrsteikið kóríander, kardimommur, fenugreek og sinnepsfræ á pönnu við meðalháan hita í 2-3 mínútur, eða þar til ilmandi. Látið kólna.

b) Notaðu mortéli með stöpli, eða kryddkvörn, myldu eða malaðu kryddin með svörtu piparkornunum í duft.

c) Settu malaða kryddið með afganginum af karrýmaukinu í matvinnsluvél eða í mortéli með stöpli og búðu til slétt deig.

d) Skerið umframfitu af andarflökunum, setjið síðan með húðhliðinni niður í stóran pott og eldið við meðalhita í 10 mínútur, eða þar til hýðið er brúnt og fita sem eftir er hefur bráðnað.

e) Snúið flökunum við og eldið í 5 mínútur, eða þar til þau eru mjúk. Fjarlægðu og tæmdu á pappírshandklæði.

f) Geymið 1 msk andafita, fargið fitunni sem eftir er. Bætið lauknum út í og eldið í 5 mínútur, bætið síðan karrýmaukinu út í og hrærið við lágan hita í 10 mínútur, eða þar til ilmandi.

g) Setjið öndina aftur á pönnuna og hrærið til að hjúpa með deiginu. Hrærið ediki, kókosmjólk, 1 tsk salt og 125 ml (4 oz/½ bolli) af vatni saman við. Látið malla, undir loki, í 45 mínútur, eða þar til flökin eru mjúk.

h) Hrærið kóríanderblöðunum út í rétt áður en það er borið fram.

## 48. Kryddaður kjúklingur & möndlur

Gerir 6 skammta

**Hráefni:**

- 3 matskeiðar olía
- 30 g (1 oz/¼ bolli) sneiddar möndlur
- 2 rauðlaukar, smátt saxaðir
- 4-6 hvítlauksrif, mulin
- 1 matskeið rifinn engifer
- 4 kardimommubelgir, marinir
- 4 negull
- 1 tsk malað kúmen
- 1 tsk malað kóríander
- 1 tsk malað túrmerik
- ½ tsk chilli duft
- 1 kg (2 lb 4 oz) kjúklingalæri flök, snyrt
- 2 stórir, skrældir, saxaðir tómatar
- 1 kanilstöng
- 100 g (3½ oz/1 bolli) malaðar möndlur

**Leiðbeiningar:**

a) Hitið 1 msk olíu í stórum potti. Bætið möndlunum út í og eldið við lágan hita í 15 sekúndur, eða þar til þær eru léttbrúnar. Fjarlægðu og tæmdu á krumpuðu pappírshandklæði.

b) Hitið olíuna sem eftir er, bætið lauknum út í og eldið, hrærið í, í 8 mínútur, eða þar til hann er gullinbrúnn. Bætið hvítlauknum og engiferinu út í og eldið, hrærið í, í 2 mínútur, hrærið síðan kryddinu saman við. Lækkið hitann í lágan og eldið í 2 mínútur, eða þar til arómatískt.

c) Bætið kjúklingnum út í og eldið, hrærið stöðugt í, í 5 mínútur, eða þar til hann er vel húðaður með kryddinu og byrjar að litast.

d) Hrærið tómötum, kanilstöng, möluðum möndlum og 250 ml (9 oz/1 bolli) heitu vatni saman við. Látið malla, lokið við lágan hita í 1 klukkustund, eða þar til kjúklingurinn er eldaður í gegn og meyr. Hrærið oft og bætið við aðeins meira vatni ef þarf.

e) Látið pönnuna standa, þakið, í 30 mínútur til að bragðið myndist, fjarlægðu síðan kanilstöngina. Dreifið möndlunum yfir og berið fram.

## 49. Kjúklingur í kókosmjólk

Gerir 6 skammta

**Hráefni:**

- 2 tsk kóríanderfræ
- ½ tsk kúmenfræ
- 2 tsk hvít piparkorn
- 1 tsk rækjumauk 30 g (1 oz) þurrkaðar rækjur
- 2 sítrónugrasstilkar, aðeins hvítur hluti, skorinn í sneiðar
- 2 rauðlaukar, saxaðir
- 3 hvítlauksrif, mulin
- 1 matskeið rifinn engifer
- 2½ matskeiðar rifinn galangal
- ¼ tsk malaður múskat
- ¼ tsk malaður negull
- 560 ml (19¼ oz/2¼ bollar) kókosrjómi
- 1,5 kg (3 lb 5 oz) kjúklingur, skorinn í 8-10 bita
- 800 ml (28 oz/3¼ bollar) kókosmjólk
- 2 matskeiðar tamarindmauk

- 1 matskeið hvítt edik
- 1 kanilstöng

**Leiðbeiningar:**

a) Þurrsteikið kóríanderfræ, kúmenfræ, hvít piparkorn og rækjumaukið pakkað inn í álpappír á pönnu við meðalháan hita í 2-3 mínútur, eða þar til ilmandi. Látið kólna.

b) Notaðu mortéli með stöpli eða kryddkvörn, myldu eða malaðu kóríander, kúmen og piparkorn í duft. Vinnið rækjuna í matvinnsluvél þar til hún er orðin mjög fínt rifin.

c) Setjið mulið krydd og rækjuna ásamt afgangi af karrýmaukinu í matvinnsluvél eða í mortéli með stöpli og vinnið eða steypið í slétt deig.

d) Hitið stóran pott eða wok yfir meðalhita, bætið kókosrjómanum og karrýmaukinu út í og eldið, hrærið í, í 20 mínútur, eða þar til þykkt og feitt.

e) Bætið kjúklingnum og afganginum út í og látið malla varlega í 50 mínútur, eða þar til kjúklingurinn er meyr. Kryddið eftir smekk og berið fram strax.

## 50. Grœnt kjúklingakarrí _

Gerir 4-6 skammta

**Hráefni:**

- 1 tsk hvít piparkorn
- 2 matskeiðar kóríanderfræ
- 1 tsk kúmenfræ
- 2 tsk rækjumauk
- 1 tsk sjávarsalt
- 4 sítrónugrasstilkar, aðeins hvítur hluti, fínt skorinn
- 2 tsk saxaður galangal
- 1 kaffir lime lauf, fínt rifið
- 1 msk söxuð kóríanderrót
- 5 rauðir asískir skalottlaukar, saxaðir
- 10 hvítlauksrif, mulin
- 16 langir grænir chili, fræhreinsaðir, saxaðir
- 500 ml (17 oz/2 bollar) kókosrjómi
- 2 matskeiðar rakaður pálmasykur (jaggery)
- 2 matskeiðar fiskisósa

- 4 kaffir lime lauf, fínt rifin
- 1 kg (2 lb 4 oz) kjúklingalæri eða bringuflök, skorin í þykka strimla
- 200 g (7 oz) bambussprotar, skornir í þykka strimla
- 100 g (3½ oz) snákabaunir (jarðlangar) skornar í 5 cm (2 tommu) lengdir
- 1 handfylli taílensk basil

**Leiðbeiningar:**

a) Þurrsteikið piparkornin, kóríanderfræin, kúmenfræin og rækjumaukið pakkað inn í álpappír á pönnu við meðalháan hita í 2-3 mínútur, eða þar til ilmandi.

b) Látið kólna. Notið mortéli með stöpli eða kryddkvörn, myljið eða malið piparkorn, kóríander og kúmen í duft.

c) Setjið rækjumaukið og malað kryddið ásamt því sem eftir er af karrýmaukinu í matvinnsluvél eða í mortéli með stöpli og vinnið eða þjappið í slétt deig.

d) Setjið þykka kókosrjómann ofan af formunum í pott, látið sjóða hratt við meðalhita, hrærið í af og til og eldið í 5-10 mínútur, eða þar til blandan „klofar" (olían fer að skiljast).

e) Bætið við 4 matskeiðum af græna karrýmaukinu og látið malla í 15 mínútur, eða þar til ilmandi. Bætið pálmasykrinum, fiskisósunni og kaffir lime laufum út á pönnuna.

f) Hrærið afganginum af kókosrjómanum og kjúklingnum, bambusskotum og baunum saman við og látið malla í 15 mínútur, eða þar til kjúklingurinn er meyr. Hrærið tælenskri basilíku út í og berið fram.

## 51. Kjúklingur og tómatar karrí

Gerir 8-10 skammta

**Hráefni:**

- 1 matskeið olía
- 2 x 1,5 kg (3 lb 5 oz) kjúklingar, samsettir
- 1 laukur, sneiddur
- 1 tsk malaður negull
- 1 tsk malað túrmerik
- 2 tsk garam masala
- 3 tsk chilli duft
- 3 kardimommur
- 3 hvítlauksrif, mulin
- 1 matskeið rifinn engifer
- 1 matskeið valmúafræ
- 2 tsk fennel fræ
- 250 ml (9 oz/1 bolli) kókosmjólk
- 1 stjörnu anís
- 1 kanilstöng
- 4 stórir tómatar, saxaðir gróft

- 2 matskeiðar lime safi

**Leiðbeiningar:**

a) Hitið olíuna á stórri pönnu yfir miðlungshita, bætið kjúklingnum saman við í skömmtum og eldið í 5-10 mínútur, eða þar til það er brúnt, setjið síðan yfir í stóran pott.

b) Bætið lauknum á pönnuna og eldið, hrærið í, í 10-12 mínútur, eða þar til hann er gullinn. Hrærið möluðum negul, túrmerik, garam masala og chilli dufti út í og eldið, hrærið, í 1 mínútu og bætið svo við kjúklinginn.

c) Myljið kardimommubungurnar létt með sléttu hliðinni á þungum hníf. Fjarlægðu fræin, fargaðu fræbelgjunum.

d) Setjið fræin og hvítlaukinn, engiferið, valmúafræin, fennelfræin og 2 matskeiðar af kókosmjólkinni í matvinnsluvél eða í mortéli með stöpli og vinnið eða steypið í slétt deig.

e) Bætið kryddblöndunni, afganginum af kókosmjólkinni, stjörnuanís, kanilstöng, tómötum og 3 msk vatni út í kjúklinginn.

f) Látið malla, lokið, í 45 mínútur, eða þar til kjúklingurinn er mjúkur. Fjarlægðu kjúklinginn, hyldu og haltu heitum. Látið suðuna koma upp og sjóðið í 20-25 mínútur, eða þar til hann hefur minnkað um helming.

g) Setjið kjúklinginn á disk, blandið limesafanum saman við eldunarvökvann og hellið yfir kjúklinginn.

# 52. Kjúklingur masala

Gerir 4 skammta

**Hráefni:**

- 1,5 kg (3 lb 5 oz) kjúklingalæri flök eða kjúklingabitar, roðlaus
- 2 tsk malað kúmen
- 2 tsk malað kóríander
- 1½ tsk garam masala
- 1 tsk malað túrmerik
- 2 laukar, smátt saxaðir
- 4 hvítlauksgeirar, grófsaxaðir
- 5 cm (2 tommu) stykki engifer, gróft saxað
- 2 þroskaðir tómatar, saxaðir
- 3 matskeiðar ghee eða olía
- 5 negull
- 8 kardimommubelgir, marinir
- 1 kanilstöng
- 10 karríblöð
- 160 g (5¾ oz/2/3 bolli) jógúrt í grískri stíl

**Leiðbeiningar:**

a) Skerið af umframfitu af kjúklingnum. Blandið kúmeni, kóríander, garam masala og túrmerik saman við og nuddið því inn í kjúklinginn.

b) Setjið helminginn af lauknum ásamt hvítlauknum, engiferinu og söxuðum tómötum í matvinnsluvél eða í mortéli með stöpli og vinnið eða steypið í slétt deig.

c) Hitið ghee eða olíu í eldfast mót við vægan hita, setjið afganginn af lauknum, negull, kardimommum, kanil og karrýlaufum út í og steikið þar til laukurinn er gullinbrúnn.

d) Bætið tómat- og laukmaukinu út í og hrærið í 5 mínútur. Kryddið með salti, eftir smekk.

e) Bætið jógúrtinni út í og þeytið þar til það er slétt, bætið svo krydduðum kjúklingi út í. Hrærið bitunum í gegn og látið suðuna koma rólega upp.

f) Lækkið hitann, setjið lok á og látið malla í 50 mínútur eða þar til olían skilur sig frá sósunni. Hrærið í hráefninu öðru hverju til að koma í veg fyrir að kjúklingurinn festist.

## 53. BBQ andakarrý með lychees

Gerir 4 skammta

**Hráefni:**

- 1 tsk hvít piparkorn
- 1 tsk rækjumauk
- 3 langir rauðir chili, fræhreinsaðir
- 1 rauðlaukur, saxaður gróft
- 2 hvítlauksrif
- 2 sítrónugrasstilkar, aðeins hvítur hluti, þunnar sneiðar
- 5 cm (2 tommu) stykki engifer
- 3 kóríanderrætur
- 5 kaffir lime lauf
- 2 matskeiðar olía
- 2 tsk malað kóríander
- 1 tsk malað kúmen
- 1 tsk paprika
- 1 tsk malað túrmerik
- 1 kínversk grillönd

- 400 ml (14 oz) kókosrjómi
- 1 matskeið rakaður pálmasykur (jaggery)
- 2 matskeiðar fiskisósa
- 1 þykk sneið galangal
- 240 g ($8\frac{1}{2}$ oz) niðursoðnir strásveppir, tæmdir
- 400 g (14 oz) litchi í dós, skorið í tvennt
- 250 g (9 oz) kirsuberjatómatar
- 1 handfylli taílensk basilíka, saxuð
- 1 handfylli kóríanderlauf

**Leiðbeiningar:**

a) Þurrsteikið piparkornin og rækjumaukið vafið inn í álpappír á pönnu við meðalháan hita í 2-3 mínútur, eða þar til ilmandi. Látið kólna.

b) Notaðu mortéli með stöpli, eða kryddkvörn, myldu eða malaðu piparkornin í duft.

c) Settu muldu piparkornin og rækjurnar með afganginum af karrýmaukinu í matvinnsluvél eða í mortéli með stöpli og vinnðu eða þynntu í slétt deig.

d) Takið andakjötið af beinum og skerið í hæfilega bita. Setjið þykka kókosrjómann ofan af forminu í pott, látið sjóða hratt við meðalhita, hrærið í af og til og eldið í 5-10 mínútur, eða þar til blandan „klofar" (olían fer að skiljast).

e) Bætið helmingnum af karrýmaukinu, pálmasykrinum og fiskisósunni út í og hrærið þar til pálmasykurinn er uppleystur.

f) Bætið öndinni, galangal, strásveppum, lychees, fráteknu lychee sírópinu og kókosrjómanum sem eftir eru saman við. Látið suðuna koma upp, lækkið síðan að suðu og eldið í 15-20 mínútur, eða þar til öndin er mjúk.

g) Bætið við kirsuberjatómötum, basil og kóríander. Kryddið eftir smekk. Berið fram þegar kirsuberjatómatarnir eru orðnir örlítið mjúkir.

## 54. Kjúklingur, möndlur og rúsínukarrí

Gerir 6 skammta

**Hráefni:**

- 6 kardimommur
- 6 negull
- 1 tsk kúmenfræ
- 1 tsk cayenne pipar
- 2 matskeiðar ghee eða olía
- 1 kg (2 lb 4 oz) kjúklingalæri flök, skorin í 3 cm ($1\frac{1}{4}$ tommu) teninga
- 1 laukur, smátt saxaður
- 3 hvítlauksrif, mulin
- $1\frac{1}{2}$ msk fínt rifinn engifer 2 kanilstangir
- 2 lárviðarlauf
- 50 g ($1\frac{3}{4}$ oz/1/3 bolli), hvítaðar möndlur, létt ristaðar
- 40 g ($1\frac{1}{2}$ oz/1/3 bolli) rúsínur
- 250 g (9 oz/1 bolli) hrein jógúrt
- 125 ml (4 oz/$\frac{1}{2}$ bolli) kjúklingakraftur

**Leiðbeiningar:**

a) Myljið kardimommubungurnar létt með sléttu hliðinni á þungum hníf. Fjarlægðu fræin, fargaðu fræbelgjunum. Þurrsteikið fræin ásamt negul, kúmenfræjum og cayennepipar á pönnu við meðalháan hita í 2-3 mínútur, eða þar til ilmandi.

b) Látið kólna. Notaðu mortéli með stöpli, eða kryddkvörn, myldu eða malaðu í duft.

c) Hitið ghee eða olíu á miðlungsháum hita í stórri steikarpönnu. Brúnið kjúklinginn í skömmtum og setjið til hliðar.

d) Steikið laukinn, hvítlaukinn og engiferið á sömu pönnu við vægan hita í 5-8 mínútur þar til það er mjúkt. Bætið við möluðu kryddblöndunni, kanilstöngunum og lárviðarlaufunum og eldið, hrærið stöðugt í, í 5 mínútur.

e) Setjið möndlurnar, rúsínurnar og kjúklinginn aftur á pönnuna. Bætið jógúrtinni út í einni skeið í einu og hrærið til að blanda henni í réttinn. Bætið við

f) kjúklingakraftur, lækkið hitann í lágan hita, setjið lok á og eldið í 40 mínútur, eða þar til kjúklingurinn er meyr. Á meðan á eldun stendur skal rýma allri olíu sem kemur upp á yfirborðið og henda henni. Kryddið vel og berið fram.

## 55. Víetnamskt kjúklingakarrí

Gerir 6 skammta

**Hráefni:**

- 4 stórir kjúklingabálkar
- 1 msk indverskt karrýduft
- 1 tsk púðursykur (ofurfínn).
- 80 ml ($2\frac{1}{2}$ oz/1/3 bolli) olía
- 500 g (1 lb 2 oz) sæt kartöflu, skorin í 3 cm ($1\frac{1}{4}$ tommu) teninga
- 1 stór laukur, skorinn í þunnar báta
- 4 hvítlauksrif, mulin
- 1 sítrónugrasstilkur, aðeins hvítur hluti, smátt saxaður
- 2 lárviðarlauf
- 1 stór gulrót, skorin í 1 cm ($\frac{1}{2}$ tommu) bita
- 400 ml (14 oz) kókosmjólk
- Tælensk basil, til að bera fram

**Leiðbeiningar:**

a) Fjarlægðu húðina og umframfitu af kjúklingnum. Þurrkaðu með pappírshandklæði og skerðu hvern fjórðung í 3 jafna bita. Setjið karrýduftið, sykur, $\frac{1}{2}$ tsk svartan pipar og 2 tsk salt í skál og blandið vel saman.

b) Nuddið karrýblöndunni inn í kjúklingabitana. Setjið kjúklingabitana á disk, setjið plastfilmu yfir og kælið yfir nótt.

c) Hitið olíuna í stórum potti. Bætið sætu kartöflunni út í og eldið við meðalhita í 3 mínútur, eða þar til þær eru létt gullin. Fjarlægðu með skál.

d) Fjarlægðu allt nema 2 matskeiðar af olíunni af pönnunni. Bætið lauknum út í og eldið, hrærið í, í 5 mínútur. Bætið hvítlauknum, sítrónugrasinu og lárviðarlaufinu út í og eldið í 2 mínútur.

e) Bætið kjúklingnum út í og eldið, hrærið, við miðlungshita í 5 mínútur, eða þar til það er vel húðað í blöndunni og byrjað að breyta um lit.

f) Bætið 250 ml (9 oz/1 bolli) af vatni og látið malla, lokið, hrærið af og til, í 20 mínútur.

g) Hrærið gulrótinni, sætu kartöflunni og kókosmjólkinni út í og látið malla án loksins, hrærið af og til, í 30 mínútur, eða þar til kjúklingurinn er eldaður og meyr. Gætið þess að brjóta sætu kartöflurnar ekki í sundur.

h) Berið fram toppað með taílenskri basil.

NAUTA KARRY

## 56. Panang Chile karrý

Gerir 4 skammta

**Hráefni:**

- Panang karrýmauk, tilbúið, á flöskum, eins og óskað er
- 2 pund. af þunnt sneiðum chuck
- Kosher salt, eins og þú vilt
- 1/2 bolli af olíu, grænmeti
- 4 þunnt sneiðar, fræhreinsaðar serrano chili
- 3 smátt skorin lime lauf, kaffir
- 2 x 13 & 1/2-oz. dósir af kókosmjólk, ósykraða
- 1/2 bolli sykur, kornaður
- 1/4 bolli fiskisósa
- 1 teskeið af kúmeni, malað
- Til að bera fram: jasmín hrísgrjón, gufusoðin og basilíkukvistar
- Valfrjálst: 4 stór egg, steikt

**Leiðbeiningar:**

a) Notaðu kosher salt til að krydda nautakjötið eins og þú vilt. Hitið olíuna á stórri pönnu á miðlungs hátt . Hrærið tilbúna karrýmaukið á meðan það er eldað í eina mínútu, þar til það er ilmandi.

b) Bætið nautakjöti út í. Kasta stöðugt á meðan eldað er í 5-8 mínútur, þar til það er brúnt.

c) Bætið kókosmjólk, limelaufum, chili, 1 og 1/2 bolla af vatni, kúmeni, fiskisósu og sykri í pönnuna. Látið malla og kryddið að vild.

d) Bætið við vatni ef þarf á meðan nautakjötið er eldað og haldið því á kafi í 1 og 1/2 til 2 klukkustundir þar til nautakjötið er orðið meyrt. Berið nautakjötið fram á hrísgrjónum og toppið með eggjum og basil.

## 57. Heimilisnautakjötskarrí

Gerir 6 skammta

**Hráefni:**

**Fyrir raita:**

- 2 gúrkur, ferskar
- Kosher salt, eins og þú vilt
- 1 hvítlauksgeiri
- 1/2 bolli jógúrt, venjuleg
- 1/2 bolli jógúrt, grísk

**Fyrir karrýið:**

- 1 matskeið af hveiti, til allra nota
- 1 matskeið af maíssterkju
- 3 matskeiðar af olíu, grænmeti
- 2 pund. af 1" niðurskornum bitum nautakjöt
- Kosher salt og malaður pipar, eins og þú vilt
- 3 meðalstór saxaðir laukar
- 1 afhýtt og rifið epli
- 3 matskeiðar af mirin sósu

- 1 matskeið af skrældu, söxuðu engifer
- 2 saxaðir hvítlauksgeirar
- 3 matskeiðar af karrýdufti
- 1 matskeið af sykri, kornótt
- 1/2 tsk af melassa, dökkt
- 1 matskeið af garam masala kryddblöndu
- 1 matskeið af sojasósu, lítið natríum
- 4 bollar af seyði, kjúklingur
- 1/2 afhýdd, fræhreinsuð, 1/2"-skera leiðsögn
- 1 skrúbbuð, 1/2"-teningur, stór kartöflu
- 2 skrældar, 1/2"-skornar stórar gulrætur
- Til að bera fram: gufusoðin hvít hrísgrjón

**Leiðbeiningar:**

a) Skerið gúrkurnar í tvennt eftir endilöngu. Skerið þá í hálftungla. Kasta í miðlungs skál með smá salti.

b) Skolaðu í nokkrar breytingar af kranavatni og kreistu síðan út umfram vökvann. Setjið í litla skál.

c) Maukið hvítlauk og salt (bara klípa) á skurðbretti í mauk. Blandið saman við gúrkur og báðar tegundir af jógúrt.

d) Kryddið að vild.

e) Blandið hveitinu saman við 2 matskeiðar af vatni og sterkju í meðalstórri skál. Setja til hliðar.

f) Hitið olíuna í stórum potti á miðlungs hátt . Kryddið nautakjötið að vild. Vinnið í tveimur lotum til að elda nautakjötið á meðan snúið er öðru hvoru, í 6 til 8 mínútur í hverri lotu, þar til allar hliðar kjötsins hafa brúnast.

g) Bætið við eplinum og lauknum. Hrærið af og til meðan á eldun stendur í 12 til 15 mínútur, þar til laukurinn er orðinn mjúkur. Bætið mirin, hvítlauk og engifer saman við. Hrærið af og til á meðan eldað er í 5-6 mínútur, þar til það er nokkuð ilmandi.

h) Bætið við garam masala, karrýdufti, seyði og sojasósu. Látið suðuna koma upp, lækkið síðan hitann. Látið malla í 30 til 40 mínútur þar til nautakjötið er næstum meyrt.

i) Bætið squash, gulrótum og kartöflum saman við. Lokið pottinum. Eldið í 20 til 30 mínútur þar til það er mjúkt, haltu grænmetinu á kafi með því að bæta við vatni eftir þörfum.

j) Setjið sigti í karrý. Þeytið slurry forða út í vökvann í sigtinu og blandið saman. Látið karrýið aftur sjóða.

k) Lækkið síðan hitann. Látið malla í 8 til 10 mínútur, þar til það er þykkt. Bætið karrý yfir hrísgrjónin og toppið með raita. Berið fram.

## 58. Nautakjöt og kókos karrý

Gerir 4 skammta

**Hráefni:**

- 1 og 1/2 pund. af 1"-teningum nautakjöti
- Kosher salt
- 2 matskeiðar af olíu, grænmeti
- 2 matskeiðar af smjöri, ósaltað
- 1/2 þunnt sneið stór laukur, hvítur
- 4 fínsaxaðir hvítlauksgeirar
- 1 matskeið af skrældum engifer, smátt saxað
- 3 matskeiðar af karrýdufti, indverskt ef þú átt það
- 2 lárviðarlauf, miðlungs
- 2 x 13 & 1/2-oz. dósir af kókosmjólk, ósykraða
- 2 pund. af 2"-teningum, skrældar kartöflur

**Leiðbeiningar:**

a) Kryddið nautakjötið ríkulega með kosher salti. Hitið olíuna í þungum, stórum potti á miðlungs hátt . Vinnið í lotum til að elda nautakjötið á meðan snúið er öðru hvoru í 8 til 10 mínútur, þar til það er djúpt brúnt um allt. Færið svo nautakjöt yfir á disk.

b) Hellið fitu af pottinum, nema 1 msk. Lækkið hitann niður í miðlungs Bætið við smjöri, lauk, engifer og hvítlauk.

c) Hrærið oft á meðan eldað er og skafið upp brúna bita í 5-6 mínútur, þar til laukurinn er hálfgagnsær.

d) Bætið karrýinu út í. Hrærið á meðan eldað er í 3-4 mínútur þar til það fer að festast við pottinn. Bætið við og hrærið 1 bolla af vatni, lárviðarlaufum og kókosmjólk út í. Setjið nautakjötið aftur í stóran pott. Kryddið að vild. Látið malla og eldið á meðan það er lokað að hluta í 30 til 35 mínútur, þar til nautakjötið er varla mjúkt.

e) Bætið kartöflunum út í og látið blönduna malla.

f) Látið vera ólokið og hrærið af og til á meðan eldað er í 25 til 35 mínútur, þar til kartöflur og nautakjöt er orðið nokkuð meyrt. Kryddið að vild og berið fram.

## 59. Kjötbollur Karrý

Gerir 8 skammta

**Hráefni:**

**Fyrir kjötbollurnar**

- Olía, ólífuolía, eftir þörfum
- 6 x 1" skorinn laukur
- 2 fræhreinsaðir jalapeños
- 6 hvítlauksrif
- 1 x 1" stykki af skrældu, saxuðu engifer
- 1 matskeið af sítrónusafa, ferskur
- 1 matskeið af garam masala kryddblöndu
- 1 teskeið af kóríander, malað
- 1/2 tsk af kúmeni, malað
- 1/2 tsk af pipar, cayenne
- 2 pund. af nautakjöti, malað
- 1 þeytt, stórt egg
- 3 matskeiðar af jógúrt, venjuleg
- 2 teskeiðar af salti, kosher

**Fyrir karrýsósuna**

- 1/4 bolli af olíu, ólífuolía
- 4 saxaðir meðalstórir laukar
- 10 pressuð hvítlauksrif
- 1 & 1/2"-skrældur og saxaður engiferbiti
- 3 chiles, þurrkaðir
- 4 teskeiðar af kúmeni, malað
- 4 teskeiðar af karrýdufti
- 4 teskeiðar af túrmerik, malað
- 3 matskeiðar af kóríander, malað
- 1 tsk piparkorn, svört
- 1 x 14 & 1/2-oz. dós af tómötum, mulið
- 1 lárviðarlauf, miðlungs
- 1 matskeið af salti, kosher + aukalega eftir þörfum
- 1 matskeið af sítrónusafa, ferskur
- 1/2 tsk af pipar, cayenne
- Til að bera fram: kóríanderlauf og mjúkir stilkar

**Leiðbeiningar:**

a) Forhitið ofninn í 400F. Penslið kökupappír með brúnum létt með olíunni.

b) Maukið jalapeños, lauk, engifer, hvítlauk, garam masala, sítrónusafa, kúmen, cayenne og kóríander í matvinnsluvél þar til það er slétt.

c) Flyttu blönduna yfir í stóra skál. Bætið nautakjöti, jógúrt og eggi út í. Kryddið að vild. Notaðu hendurnar til að blanda þar til blandan er klístruð, nokkuð eins og pylsa er.

d) Veltið nautakjötsblöndunni í kúlur á stærð við golfkúlur. Settu á kökuplötu og skildu eftir tommu á milli þeirra. Hellið yfir viðbótarolíu. Bakið í 20 til 25 mínútur, þar til það er eldað í gegn og brúnað að ofan.

e) Hitið olíuna í stórum potti á meðalhita . Bætið lauknum, engiferinu og hvítlauknum saman við. Hrærið oft á meðan eldað er í 8 til 10 mínútur, þar til laukur verður hálfgagnsær og byrjaður að brúnast.

f) Hrærið karrýduftinu, chili, túrmerik, kúmeni, piparkornum og kóríander saman við. Hrærið oft á meðan eldað er í 2-3 mínútur, þar til blandan verður ilmandi og krydd byrja að festast í pottinum.

g) Bætið við 2 bollum af vatni, 1 matskeið af salti og lárviðarlaufi. Suðu aftur. Lækkaðu hitastigið. Látið malla í 25 til 30 mínútur, þar til bragðið blandast saman.

h) Leyfið sósunni að kólna aðeins. Færið í matvinnsluvél og blandið þar til það er nokkuð slétt. Færið sósuna aftur í pottinn.

i) Hrærið cayenne og sítrónusafa saman við. Kryddið að vild.

j) Hellið soðnu kjötbollunum varlega í sósuna. Látið malla. Eldið í 10 til 15 mínútur, þar til kjötbollur hafa eldast að fullu. Toppið með kóríander og berið fram .

## 60. Massaman grænmetiskarrí

Gerir 4-6 skammta

**Hráefni:**

- 1 matskeið olía
- 1 tsk kóríanderfræ
- 1 tsk kúmenfræ
- 8 negull
- 1 tsk fennel fræ
- 4 kardimommufræ
- 6 rauðir asískir skalottlaukar, saxaðir
- 3 hvítlauksgeirar, saxaðir
- 1 tsk sítrónugras, smátt saxað
- 1 tsk galangal, smátt saxað
- 4 þurrkaðir langir rauðir chili
- 1 tsk malaður múskat
- 1 tsk malaður hvítur pipar
- 1 matskeið olía
- 250 g (9 oz) barnalaukur
- 500 g (1 lb 2 oz) barnakartöflur

- 300 g ($10\frac{1}{2}$ oz) barnagulrætur, skornar í 3 cm ($1\frac{1}{4}$ tommu) bita
- 225 g (8 oz) hnappasveppir, heilir
- 1 kanilstöng
- 1 kaffir lime lauf
- 1 lárviðarlauf
- 250 ml (9 oz/1 bolli) kókosrjómi
- 1 matskeið lime safi
- 3 tsk rakaður pálmasykur (jaggery)
- 1 matskeið smátt söxuð taílensk basil
- 1 matskeið muldar ristaðar jarðhnetur

**Leiðbeiningar:**

a) Hitið olíuna á pönnu við vægan hita, bætið við kóríanderfræjum, kúmenfræjum,

b) negull, fennelfræ og kardimommufræ, og eldið í 1-2 mínútur, eða þar til ilmandi.

c) Setjið kryddin ásamt afgangnum af karrýmaukinu í matvinnsluvél eða í mortéli með stöpli og vinnið eða þjappið í slétt deig. Bætið við smá vatni ef það er of þykkt.

d) Hitið olíuna í stórum potti, bætið karrýmaukinu út í og eldið, hrærið, við meðalhita í 2 mínútur, eða þar til ilmandi.

e) Bætið grænmetinu, kanilstönginni, lime laufinu, lárviðarlaufinu og nægu vatni til að hylja (um 500 ml/17 oz/2 bollar) út í og látið suðuna koma upp. Lækkið hitann og látið malla, undir loki, hrærið oft í 30-35 mínútur, eða þar til grænmetið er soðið.

f) Hrærið kókosrjómanum út í og eldið, án loks, í 4 mínútur, hrærið oft þar til það þykknar aðeins. Hrærið limesafa, pálmasykri og saxaðri basilíku saman við. Bætið við smá vatni ef sósan er of þurr. Toppið með hnetunum og basilíkublöðunum.

## 61. Taílenskt nautakjöt & hnetukarrí

Gerir 4-6 skammta

**Hráefni:**

- 8–10 langur þurrkaður rauður chilli
- 6 rauðir asískir skalottlaukar, saxaðir
- 6 hvítlauksrif
- 1 tsk malað kóríander
- 1 matskeið malað kúmen
- 1 tsk malaður hvítur pipar
- 2 sítrónugrasstilkar, aðeins hvítur hluti, skorinn í sneiðar
- 1 matskeið saxaður galangal
- 6 kóríanderrætur
- 2 tsk rækjumauk
- 2 matskeiðar ristaðar jarðhnetur
- hnetuolíu, ef þarf
- 400 ml (14 oz) kókosrjómi (ekki hrista dósina)
- 1 kg (2 lb 4 oz) kringlótt eða blaðsteik, þunnar sneiðar
- 400 ml (14 oz) kókosmjólk

- 4 kaffir lime lauf
- 90 g (3¼ oz/1/3 bolli) stökkt hnetusmjör
- 3 matskeiðar lime safi
- 2½ matskeiðar fiskisósa
- 2½ matskeiðar rakaður pálmasykur
- Thai basil, til að bera fram (valfrjálst)
- 1 matskeið saxaðar ristaðar jarðhnetur, til að bera fram (valfrjálst)

**Leiðbeiningar:**

a) Leggið chili í bleyti í sjóðandi vatni í 5 mínútur, eða þar til mjúkt. Fjarlægðu stilkinn og fræin og saxaðu síðan.

b) Setjið chilli og afganginn af karrýmaukinu í matvinnsluvél eða í mortéli með stöpli og vinnið eða steypið í slétt deig. Bætið við smá hnetuolíu ef hún er of þykk.

c) Setjið þykka kókosrjómann ofan af forminu í pott, látið sjóða hratt við meðalhita, hrærið í af og til og látið malla í 5-10 mínútur, eða þar til blandan klofnar.

d) Bætið 6-8 matskeiðum af karrýmaukinu út í og eldið, hrærið í, í 5-10 mínútur, eða þar til ilmandi.

e) Bætið nautakjöti, afganginum af kókosrjómanum, kókosmjólk, kaffir lime laufum og hnetusmjöri út í og eldið í 8 mínútur, eða þar til nautakjötið byrjar að skipta um lit.

f) Lækkið hitann og látið malla í 1 klukkustund, eða þar til nautakjötið er meyrt. Hrærið limesafanum, fiskisósunni og pálmasykrinum saman við og setjið yfir í framreiðslufat.

g) Skreytið með basilblöðunum og auka hnetum, ef vill.

## 62. Taílenskt rautt nautakjöt karrý og eggaldin

Gerir 4 skammta

**Hráefni:**

- 500 g (1 lb 2 oz) kringlótt eða steik að ofan
- 250 ml (9 oz/1 bolli) kókosrjómi (ekki hrista dósina)
- 2 matskeiðar tilbúið rautt karrýmauk
- 2 matskeiðar fiskisósa
- 1 matskeið rakaður pálmasykur (jaggery)
- 5 kaffir lime lauf, helmingaður
- 500 ml (17 oz/2 bollar) kókosmjólk
- 8 taílenskir epli eggaldin (aubergín), helminguð
- 1 lítil handfylli taílensk basilíka, fínt rifin

**Leiðbeiningar:**

a) Skerið kjötið í 5 cm (2 tommu) bita, skerið síðan yfir kornið í 45 gráðu horni í 5 mm ($\frac{1}{4}$ tommu) þykkar sneiðar.

b) Setjið þykka kókosrjómann ofan af forminu í pott, látið sjóða hratt við meðalhita, hrærið í af og til og eldið í 5-10 mínútur, eða þar til blandan „klofar" (olían fer að skiljast).

c) Bætið karrýmaukinu út í og látið malla, hrærið til að koma í veg fyrir að það festist við botninn, í 5 mínútur, eða þar til ilmandi.

d) Bætið kjötinu út í og eldið, hrærið í, í 3-5 mínútur, eða þar til það breytist um lit. Bætið fiskisósunni, pálmasykrinum, kaffir lime laufunum, kókosmjólkinni og afganginum af kókosrjómanum út í og látið malla í 1 klukkustund, eða þar til kjötið er meyrt og sósan aðeins þykk.

e) Bætið eggaldininu út í og eldið í 10 mínútur, eða þar til það er meyrt. Ef sósan er of þykk, bætið þá við smá vatni. Hrærið basilíkublöðin út í og berið fram.

## 63. Massaman nautakjöt karrý

Gerir 4 skammta

**Hráefni:**

- 1 matskeið tamarind kvoða
- 2 matskeiðar olía
- 750 g (1 lb 10 oz) magurt nautakjöt, í teningum
- 500 ml (17 oz/2 bollar) kókosmjólk
- 4 kardimommubelgir, marinir
- 500 ml (17 oz/2 bollar) niðursoðinn kókosrjómi
- 2-3 matskeiðar tilbúið Massaman karrýmauk
- 8 barnalaukar
- 8 stórar barnakartöflur, skornar í tvennt
- 2 matskeiðar fiskisósa
- 2 matskeiðar rakaður pálmasykur
- 70 g (2½ oz/½ bolli) ósaltaðar ristaðar jarðhnetur
- kóríanderlauf, til að bera fram

**Leiðbeiningar:**

a) Settu tamarind deigið og 125 ml (4 oz/½ bolli) sjóðandi vatn í skál og settu til hliðar til að kólna. Þegar það er kólnað, maukið kvoða til að leysast upp í vatninu, síið síðan og geymið vökvann. Fargið deiginu.

b) Hitið olíuna í wok eða stórum potti og eldið nautakjötið í lotum við háan hita í 5 mínútur, eða þar til það er brúnt.

c) Lækkið hitann og bætið kókosmjólkinni og kardimommunni út í og látið malla í 1 klukkustund, eða þar til nautakjötið er meyrt. Takið nautakjötið út, sigtið og geymið nautakjötið og matreiðsluvökvann.

d) Setjið þykka kókosrjómann ofan af formunum í pott, látið sjóða hratt við meðalhita, hrærið í af og til og eldið í 5-10 mínútur, eða þar til blandan „klofar" (olían fer að skiljast).

e) Bætið karrýmaukinu út í og eldið í 5 mínútur, eða þar til það verður arómatískt.

f) Bætið lauknum, kartöflunum, fiskisósunni, pálmasykrinum, hnetunum, nautakjöti, geymdum matreiðsluvökva og tamarindvökva út í og látið malla í 25-30 mínútur. Skreytið með ferskum kóríanderlaufum.

## 64. Pipar nautakjöt karrý

Gerir 6 skammta

**Hráefni:**

- 1 msk kóríanderfræ
- 2 tsk kúmenfræ
- 1 tsk fennel fræ
- 1 matskeið svört piparkorn
- 3 matskeiðar olía
- 1 kg (2 lb 4 oz) nautakjöt, skorið í teninga
- 2 laukar, smátt skornir
- 2 hvítlauksrif, mulin
- 3 tsk fínt rifinn engifer
- 1 rautt chilli fræhreinsað, smátt saxað
- 8 karríblöð
- 1 sítrónugrasstilkur, aðeins hvítur hluti, smátt saxaður
- 2 matskeiðar sítrónusafi
- 250 ml (9 oz/1 bolli) kókosmjólk
- 250 ml (9 oz/1 bolli) nautakraftur

**Leiðbeiningar:**

a) Þurrsteikið kóríanderfræ, kúmenfræ, fennelfræ og svört piparkorn á pönnu við meðalháan hita í 2-3 mínútur, eða þar til ilmandi. Látið kólna. Notaðu mortéli með stöpli, eða kryddkvörn, myldu eða malaðu í duft.

b) Hitið olíuna yfir háum hita í potti með þungum grunni, brúnið nautakjötið í lotum og setjið til hliðar.

c) Lækkið hitann í miðlungs, bætið lauknum, hvítlauknum, engiferinu, chilli, karrýlaufum og sítrónugrasi út í og eldið í 5-6 mínútur, eða þar til það er mjúkt. Bætið malaða kryddinu út í og eldið í 3 mínútur til viðbótar.

d) Setjið nautakjötið aftur á pönnuna og hrærið vel til að hjúpa kryddinu. Bætið sítrónusafanum, kókosmjólkinni og nautakraftinum út í og látið suðuna koma upp.

e) Lækkið hitann í lágan, setjið lok á og eldið í 2½ klukkustund, eða þar til nautakjötið er mjög meyrt og sósan minnkað. Á meðan á eldun stendur skal rýma allri olíu sem kemur upp á yfirborðið og henda henni.

## 65. Nautakjöt rendang

Gerir 6 skammta

**Hráefni:**

- 1,5 kg (3 lb 5 oz) nautakjöt
- 2 laukar, saxaðir gróft
- 2 hvítlauksrif, mulin
- 400 ml (14 oz) kókosmjólk
- 2 tsk malað kóríander
- 1 tsk möluð fennel
- 2 tsk malað kúmen
- $\frac{1}{4}$ tsk malaður negull
- 4-6 rauð chilli, saxaður
- 1 matskeið sítrónusafi
- 1 sítrónugrasstilkur, aðeins hvítur hluti, skorinn eftir endilöngu
- 2 tsk rakaður pálmasykur (jaggery)

**Leiðbeiningar:**

a) Skerið kjötið af umframfitu eða sinum og skerið í 3 cm ($1\frac{1}{4}$ tommu) teninga. Setjið laukinn og hvítlaukinn í matvinnsluvél, eða í mortéli með stöpli, og vinnið eða þjappið í slétt deig.

b) Setjið kókosmjólkina í stóran pott og látið suðuna koma upp, lækkið síðan hitann í meðalhita og eldið, hrærið af og til, í 15 mínútur, eða þar til mjólkin hefur minnkað um helming og olían hefur skilið sig frá. Ekki leyfa mjólkinni að brúnast.

c) Bætið kóríander, fennel, kúmeni og negul á pönnuna og hrærið í 1 mínútu. Bætið kjötinu út í og eldið í 2 mínútur, eða þar til það breytist um lit. Bætið laukblöndunni, chilli, sítrónusafa, sítrónugrasi og sykri saman við.

d) Eldið, þakið, við meðalhita í 2 klukkustundir, eða þar til vökvinn hefur minnkað og blandan hefur þykknað. Hrærið oft til að koma í veg fyrir að það festist við botninn á pönnunni.

e) Afhjúpaðu og haltu áfram að elda þar til olían úr kókosmjólkinni byrjar að koma aftur fram og lætur karrýið fá lit og bragð.

# 66. Nautakjöt & sinnepsfræ karrý

Gerir 6 skammta

**Hráefni:**

- 3 matskeiðar olía
- 2 matskeiðar brúnt sinnepsfræ
- 4 þurrkaðir rauðir chili
- 1 matskeið gular klofnar baunir
- 200 g (7 oz) franskur skalottlaukur fínt, skorinn í sneiðar
- 8 hvítlauksrif, mulin
- 1 matskeið fínt rifið engifer
- 15 karríblöð
- ½ tsk malað túrmerik
- 420 g (15 oz) niðursoðnir niðursoðnir tómatar
- 1 kg (2 lb 4 oz) nautakjöt, skorið í teninga
- 435 ml (15½ oz/1¾ bollar) nautakraftur

**Leiðbeiningar:**

a) Setjið olíuna í þykkan pott yfir miðlungshita, bætið sinnepsfræjum, chilli og klofnum baunum út í. Um leið og sinnepsfræin byrja að poppa skaltu bæta við skalottlaukum, hvítlauk, engifer, karrýlaufum og túrmerik. Eldið í 5 mínútur, bætið svo tómötunum, nautakjöti og soðinu út í.

b) Látið suðuna koma upp og lækkið síðan að suðu, loki á og eldið í 2 klukkustundir, eða þar til nautakjötið er mjög meyrt og sósan minnkað. Á meðan á eldun stendur skal rýma allri olíu sem kemur upp á yfirborðið og henda henni.

## 67. Nautakúlur & súrsaður hvítlaukur

Gerir 4 skammta

**Hráefni:**

- 450 g (1 lb) nautahakk
- 3 hvítlauksrif, mulin
- 1 tsk hvítur pipar
- 1 lítil handfylli kóríanderlauf, saxað
- 1 lítil handfylli taílensk basilíka, saxuð
- 1 vorlaukur (laukur), smátt saxaður
- 3 tsk fiskisósa
- 1 egg
- 3 matskeiðar olía
- 3 matskeiðar tilbúið grænt karrýmauk
- 3 matskeiðar smátt saxað engifer
- 1½ tsk malað túrmerik
- 3 matskeiðar fiskisósa
- 3 kaffir lime lauf
- 2½ matskeiðar tamarindmauk
- 3 matskeiðar saxaður súrsuðum hvítlauk

- $1\frac{1}{2}$ matskeið rakaður pálmasykur

**Leiðbeiningar:**

a) Til að búa til kjötbollurnar skaltu blanda öllu hráefninu vel saman. Taktu síðan matskeið í einu og rúllaðu blöndunni í litlar kúlur. Þú ættir að hafa um 24 kúlur.

b) Hitið olíuna í þykkum potti yfir meðalhita og bætið karrýmaukinu, engiferinu og túrmerikinu út í og eldið, hrærið oft í um það bil 5 mínútur, eða þar til ilmandi.

c) Bætið fiskisósunni, kaffir lime laufum og tamarind út í. Látið suðuna koma upp og lokið á, lækkið að suðu og eldið í 5 mínútur.

d) Bætið kjötbollunum, súrsuðum hvítlauk og pálmasykri út í og látið malla í 15 mínútur, eða þar til kjötbollurnar eru eldaðar í gegn.

# 68. Basil, nautakjöt og piparkornskarrí

Gerir 4 skammta

**Hráefni:**

- 2 matskeiðar rifinn engifer
- 2 hvítlauksrif, mulin
- 500 g (1 lb 2 oz) rjúpu eða kringlótt steik
- 250 ml (9 oz/1 bolli) kókosrjómi
- 1 msk tilbúið gult karrýmauk
- 80 ml ($2\frac{1}{2}$ oz/1/3 bolli) fiskisósa
- 60 g ($2\frac{1}{4}$ oz/1/3 bolli) rakaður pálmasykur
- 2 sítrónugrasstilkar, aðeins hvítur hluti, smátt saxaður
- 1 þykk sneið galangal
- 4 kaffir lime lauf
- 2 tómatar, skornir í 2 cm ($\frac{3}{4}$ tommu) teninga
- 400 g (14 oz) niðursoðnir bambusbitar, tæmdir, skornir í litla bita
- 25 g (1 oz) taílensk súrsuð græn piparkorn, á stilknum
- 2 matskeiðar tamarindmauk

- 1 stór handfylli taílensk basilíka, saxuð

**Leiðbeiningar:**

a) Myljið engifer og hvítlauk í gróft deig í mortéli með stöpli eða matvinnsluvél. Skerið kjötið í ræmur 5 cm x 2 m (2 tommur x ¾ tommur) og 3 mm (1/8 tommu) þykkar.

b) Hrærið engifer- og hvítlauksmaukinu saman við nautakjötið og látið marinerast í 30 mínútur.

c) Hitið helminginn af kókosrjómanum að suðu í þykkum potti við meðalhita og lækkið síðan niður í suðu. Hrærið gula karrýmaukinu saman við og eldið í 3-5 mínútur. Bætið fiskisósunni og pálmasykrinum saman við og hrærið þar til sykurinn er uppleystur.

d) Hækkið hitann í háan, bætið restinni af hráefninu og 375 ml (13 oz/1½ bolli) af vatni út í og hitið karrýið að suðu, látið sjóða niður í suðu og eldið án loks í 1-1¼ klukkustund, eða þar til nautakjötið er meyrt.

e) Athugið kryddið og leiðréttið með því að bæta við auka fiskisósu eða pálmasykri ef þarf. Hrærið afgangnum af kókosrjómanum í gegnum og berið fram strax.

# LAMBAKARRY

## 69. Lamb dhansak

Gerir 6 skammta

**Hráefni:**

- 100 g (3½ oz/¾ bolli) gular linsubaunir
- 2 tsk þurrkaðar gular mung baunir
- 2 matskeiðar þurrkaðar kjúklingabaunir
- 3 matskeiðar rauðar linsubaunir
- 1 óafhýðið eggaldin (aubergín)
- 150 g (5½ oz) óskrælt grasker
- 2 matskeiðar ghee eða olía
- 1 laukur, smátt saxaður
- 3 hvítlauksrif, mulin
- 1 matskeið rifinn engifer
- 1 kg (2 lb 4 oz) beinlaus lambalæri eða öxl, skorin í 3 cm (1¼ tommu) teninga
- 1 kanilstöng
- 5 kardimommubelgir, marinir
- 3 negull
- 1 matskeið malað kóríander

- 1 tsk malað túrmerik
- 1 tsk chilli duft, eða eftir smekk
- 150 g ($5\frac{1}{2}$ oz) amaranth eða ensk spínatlauf, skorin í 5 cm (2 tommu) lengd
- 2 tómatar, helmingaðir
- 2 langir grænir chili, fræhreinsaðir, klofnir eftir endilöngu
- 3 matskeiðar lime safi

**Leiðbeiningar:**

a) Leggið gulu linsubaunirnar, gulu mungbaunirnar og kjúklingabaunirnar í bleyti í vatni í um það bil 2 klukkustundir og skolið síðan vel af.

b) Setjið allar fjórar tegundir af pulsu í pott, bætið við 1 lítra (35 oz/4 bollar) vatni, lokið og látið suðuna koma upp.

c) Afhjúpið og látið malla í 15 mínútur, fjarlægið allt hrúg sem myndast á yfirborðinu og hrærið af og til til að tryggja að allar belgjurtir eldist á sama hraða og séu mjúkar. Tæmið pulsurnar og stappið létt saman í svipaða áferð.

d) Eldið eggaldinið og graskerið í sjóðandi vatni í 10-15 mínútur, eða þar til það er mjúkt. Skerið graskerskjötið út og skerið það í bita. Afhýðið eggaldinið vandlega (það getur verið mjög kvoða) og skerið kjötið í litla bita.

e) Hitið ghee eða olíu í potti eða karahi og steikið laukinn, hvítlaukinn og engiferið í 5 mínútur, eða þar til það er ljósbrúnt og mjúkt. Bætið lambinu út í og brúnið í 10 mínútur, eða þar til arómatískt.

f) Bætið við kanil, kardimommubungum, negul, kóríander, túrmerik og chilidufti og steikið í 5 mínútur til að leyfa bragðinu að þróast. Bætið við 170 ml (5½ oz/n bolli) vatni, setjið lok á og látið malla í 40 mínútur, eða þar til lambið er meyrt.

g) Bætið maukuðu linsubaunum og öllu soðnu og hráu grænmeti á pönnuna.

h) Bætið límónusafanum út í og látið malla í 15 mínútur (ef sósan er of þykk, bætið þá við smá vatni). Hrærið vel og athugaðu síðan kryddið. Dhansak ætti að vera bragðmikið, arómatískt, tertur og kryddaður.

## 70. Lamba- og kartöflukarrí

Gerir 6 skammta

**Hráefni:**

- 6 söxuð hvítlauksrif
- 3 matskeiðar af karrýdufti
- 2 matskeiðar af ferskri, söxuðum engiferrót
- 2 teskeiðar af garam masala kryddblöndu
- 1 tsk paprika, reykt
- 1 tsk af timjan, þurrkað
- 1 teskeið af kóríander, malað
- 1 & 1/2 tsk af salti, kosher
- 1 tsk pipar, malaður
- 1/4 tsk af kúmeni, malað
- 1 matskeið af olíu, ólífuolía
- 1 tsk af chilidufti
- 2 pund. af herðablaðs lambakóteletettum
- 4 x 1/2" teninga rauðar, miðlungs kartöflur
- 1 x 15 oz. dós af ótæmdum, skornum tómötum
- 1 bolli af kjúklingasoði, lítið natríum

- 1 saxaður lítill laukur
- Valfrjálst: soðin, heit brún hrísgrjón, til framreiðslu

**Leiðbeiningar:**

a) Í stóru matarpoki, blandaðu 1 matskeið af karrýdufti saman við 3 hvítlauksrif, 1 matskeið af engifer, 1 teskeið af garam masala kryddblöndu, papriku, timjan, chiliduft, 1/2 teskeið af kosher salti, möluðum pipar og kóríander, malað kúmen og olíu.

b) Bætið lambakótilettunum í pokann. Lokaðu pokanum og klæddu kóteleturnar með því að snúa pokanum. Kælið í 8 klst.

c) Settu kartöflubitana í hægan eldavél. Bætið lambinu út í.

d) Setjið seyði, tómata, lauk og afgang af hvítlauk og kryddi í matvinnsluvél. Hyljið það og vinnið þar til það hefur blandast vel saman.

e) Hellið tómatblöndunni yfir lambið og kartöflurnar í teningum. Lokið hæga eldavélinni. Eldið þar til kjötið er orðið meyrt, 4 til 5 klukkustundir. Takið kjötið af beinum og fargið beinum.

f) Rífið kjötið með því að nota 2 gaffla. Sigtið matreiðslusafann og geymið kartöflurnar.

Fjarlægðu alla fitu úr safanum. Setjið lambakjötið, fráteknar kartöflur og matreiðslusafa aftur í hæga eldavélina og hitið að fullu í gegn. Berið fram yfir hrísgrjónum, ef vill.

# 71. Lambakjöt & jógúrt karrý

Gerir 6 skammta

**Hráefni:**

- 3 matskeiðar kóríanderfræ
- 2 tsk kúmenfræ
- 1 tsk negull
- 1 tsk svört piparkorn
- 1 tsk cayenne pipar
- 1 tsk malað túrmerik
- 2 matskeiðar hakkað engifer
- 6 hvítlauksgeirar, saxaðir
- 1 lítill laukur, saxaður
- 2 matskeiðar ghee eða olía
- 6 lambalæringar
- 3 kanilstangir
- 2 lárviðarlauf
- 375 g (13 oz/1½ bolli) hrein jógúrt
- 625 ml (21½ oz/2½ bollar) kjúklingakraftur
- Forhitið ofninn í 160°C (315°F/gas 2-3).

**Leiðbeiningar:**

a) Þurrkaðu kóríanderfræ, kúmenfræ, negul, piparkorn, cayenne pipar og malað túrmerik á pönnu við meðalháan hita í 2-3 mínútur, eða þar til ilmandi. Látið kólna. Notaðu mortéli með stöpli, eða kryddkvörn, myldu eða malaðu í duft.

b) Setjið malaða kryddið með engiferinu, hvítlauknum, lauknum og 3 msk af vatni í matvinnsluvél eða í mortéli með stöpli og vinnið eða þjappið í slétt deig.

c) Hitið ghee eða olíu á stórri steikarpönnu yfir meðalháum hita og brúnið skankana í lotum og setjið til hliðar. Lækkið hitann í lágan. Bætið engiferkryddmaukinu á pönnuna og eldið í 5-8 mínútur.

d) Bætið kanil, lárviðarlaufum og jógúrt á pönnuna, skeið í einu, hrærið vel svo það blandast vel saman. Bætið kjúklingakraftinum saman við og hrærið vel saman.

e) Setjið skankana í stórt, þykkt eldfast mót sem passar fyrir þá í einu lagi og hellið síðan jógúrtsósunni ofan á skankana . Snúðu skankunum þannig að þeir séu húðaðir með sósunni og hyljið með loki eða filmu.

f) Bakið í ofni í um það bil 3 klukkustundir, eða þar til lambið er að detta af beini, snúðu skankunum við hálfa eldun. Þegar þú tekur úr ofninum skaltu fjarlægja olíu sem kemur upp á yfirborðið og farga.

g) Takið skankana úr sósunni á framreiðsludisk. Kryddið sósuna vel eftir smekk, hrærið til að blanda henni áður en henni er hellt yfir skankana.

## 72. Lamb korma

Gerir 4 skammta

**Hráefni:**

- 1 kg (2 lb 4 oz) lambalæri
- 1 laukur, saxaður, auk 1 laukur, skorinn í sneiðar
- 2 tsk rifið engifer
- 4 hvítlauksrif
- 2 tsk malað kóríander
- 2 tsk malað kúmen
- 1 tsk kardimommufræ
- 1 tsk negull
- 1 tsk malaður kanill
- 3 langir grænir chili, fræhreinsaðir, saxaðir
- 2 matskeiðar ghee eða olía
- 2½ matskeiðar tómatmauk
- 125 g (4½ oz/½ bolli) hrein jógúrt
- 125 ml (4 oz/½ bolli) kókosrjómi
- 50 g (1¾ oz/½ bolli) malaðar möndlur
- ristaðar möndlur, til að bera fram

**Leiðbeiningar:**

a) Skerið umframfitu eða sin úr lambinu, skerið í 3 cm ($1\frac{1}{4}$ tommu) teninga og setjið í stóra skál.

b) Setjið saxaðan lauk, engifer, hvítlauk, kóríander, kúmen, kardimommufræ, negul, kanil, chilli og $\frac{1}{2}$ tsk salt í matvinnsluvél eða í mortéli með stöpli og vinnið úr eða steypið í slétt deig.

c) Bætið kryddmaukinu við lambið og blandið vel saman til að hjúpa. Látið marinerast í 1 klst.

d) Hitið ghee eða olíu í stórum potti, bætið sneiðum lauknum út í og eldið, hrærið, við lágan hita í 7 mínútur, eða þar til laukurinn er mjúkur.

e) Hækkið hitann í meðalháan og bætið lambakjötsblöndunni út í og eldið, hrærið stöðugt í, í 8-10 mínútur, eða þar til lambakjötið breytir um lit.

f) Hrærið tómatmaukinu, jógúrtinu, kókosrjómanum og möluðum möndlum saman við. Lækkið hitann og látið malla, undir lok, hrærið af og til, í um 1 klukkustund, eða þar til kjötið er mjög meyrt. Bætið við smá vatni ef blandan verður of þurr.

g) Kryddið vel með salti og pipar og berið fram skreytt með möndlunum.

## 73. Lamb Rogan josh

Gerir 6 skammta

**Hráefni:**

- 8 hvítlauksrif, mulin
- 3 tsk rifið engifer
- 2 tsk malað kúmen
- 1 tsk chilli duft
- 2 tsk paprika
- 2 tsk malað kóríander
- 1 kg (2 lb 4 oz) beinlaus lambalæri eða öxl, skorin í 3 cm ($1\frac{1}{4}$ tommu) teninga
- 3 matskeiðar ghee eða olía
- 1 laukur, smátt saxaður
- 6 kardimommubelgir, marinir
- 4 negull
- 2 indversk lárviðarlauf (kassia) lauf
- 1 kanilstöng
- 185 g ($6\frac{1}{2}$ oz/$\frac{3}{4}$ bolli) jógúrt í grískri stíl
- 4 saffranþræðir, blandaðir saman við 2 msk mjólk

- $\frac{1}{4}$ tsk garam masala

**Leiðbeiningar:**

a) Blandið hvítlauk, engifer, kúmeni, chilidufti, papriku og kóríander saman í stóra skál. Bætið kjötinu út í og hrærið vel til að hjúpa. Lokið og látið marinerast í að minnsta kosti 2 klukkustundir, eða yfir nótt, í kæli.

b) Hitið ghee eða olíu í eldföstum potti eða karahi við vægan hita. Bætið lauknum út í og eldið í um það bil 10 mínútur, eða þar til laukurinn er létt brúnaður. Takið úr fatinu.

c) Bætið kardimommubungunum, negull, lárviðarlaufum og kanil út í réttinn og steikið í 1 mínútu.

d) Hækkið hitann, bætið kjötinu og lauknum út í, blandið síðan vel saman og steikið í 2 mínútur. Hrærið vel, lækkið hitann í lágan, hyljið og eldið í 15 mínútur.

e) Takið lokið af og steikið í 3-5 mínútur í viðbót, eða þar til kjötið er orðið nokkuð þurrt. Bætið við 100 ml ($3\frac{1}{2}$ oz) vatni, setjið lok á og eldið í 5-7 mínútur þar til vatnið hefur gufað upp og olían skilur sig og flýtur á yfirborðinu.

f) Steikið kjötið í 1-2 mínútur í viðbót, bætið síðan við 250 ml (9 oz/1 bolli) af vatni. Lokið og eldið í 40-50 mínútur, látið malla varlega þar til kjötið er meyrt. Vökvinn mun minnka töluvert.

g) Hrærið jógúrtinu út í þegar kjötið er næstum meyrt og passið að kjötið festist ekki á botninn á réttinum. Bætið saffraninu og mjólkinni út í. Hrærið í blöndunni nokkrum sinnum til að blanda saman við saffran. Kryddið með salti eftir smekk.

h) Takið af hellunni og stráið garam masala yfir.

## 74. lambakjöt í Balti-stíl

Gerir 4 skammta

**Hráefni:**

- 1 kg (2 lb 4 oz) lambalærissteikur, skornar í 3 cm ($1\frac{1}{4}$ tommu) teninga
- 2 matskeiðar tilbúið balti masala mauk
- 2 matskeiðar ghee eða olía
- 3 hvítlauksrif, mulin
- 1 matskeið garam masala
- 1 stór laukur, smátt saxaður
- 2 matskeiðar söxuð kóríanderlauf, auk auka til að skreyta

**Leiðbeiningar:**

a) Forhitið ofninn í 190°C (375°F/gas 5). Setjið kjötið, 1 matskeið af balti masala maukinu og 375 ml (13 oz/$1\frac{1}{2}$ bollar) sjóðandi vatn í stóran pott eða karahi og blandið saman. Eldið, þakið, í ofni í 30-40 mínútur, eða þar til næstum eldað í gegn. Tæmdu, geymdu birgðir.

b) Hitið ghee eða olíu í wok, bætið hvítlauknum og garam masala út í og hrærið -steikið við meðalhita í 1 mínútu. Bætið lauknum út í og eldið í 5-7 mínútur, eða þar til laukurinn er orðinn mjúkur og gullinbrúnn.

c) Hækkið hitann, bætið restinni af balti masala maukinu út í og lambið. Eldið í 5 mínútur til að brúna kjötið. Bætið rólega soðinu út í og látið malla við vægan hita, hrærið af og til, í 15 mínútur.

d) Bætið við söxuðum kóríanderlaufunum og 185 ml (6 oz/$\frac{3}{4}$ bolli) vatni og látið malla í 15 mínútur, eða þar til kjötið er meyrt og sósan hefur þykknað aðeins.

e) Kryddið með salti og nýmöluðum svörtum pipar og skreytið með auka kóríanderlaufum.

## 75. Súrt lamb & bambus karrý

Gerir 4 skammta

**Hráefni:**

- 1 tsk hvít piparkorn
- 1 tsk rækjumauk
- 30 g (1 oz) þurrkaðar rækjur
- 6 vorlaukar (laukar), skornir í sneiðar
- 60 g (2¼ oz) sneiðar jalapeño chili
- 2 sítrónugrasstilkar, aðeins hvítur hluti, þunnar sneiðar
- 6 hvítlauksrif, mulin
- 4 kóríanderrætur, saxaðar
- 2 tsk malaður galangal
- 1 tsk chilli duft
- 80 ml (2½ oz/1/3 bolli) fiskisósa
- 80 ml (2½ oz/1/3 bolli) lime safi
- 1 tsk malað túrmerik

- 500 g (1 lb 2 oz) beinlaus lambalæri, snyrt af umframfa
- 1 matskeið olía
- 1 matskeið rakaður pálmasykur (jaggery)
- 250 ml (9 oz/1 bolli) kókosrjómi
- 60 g (2¼ oz/¼ bolli) tamarindmauk
- 1½ msk fiskisósa
- 400 g (14 oz) niðursoðnir bambusskotastykki, skornir í þykka báta
- 200 g (7 oz) grænar baunir, skornar í 4 cm (1½ tommu) lengdir

**Leiðbeiningar:**

a) Þurrkaðu piparkornin og rækjumaukið vafið inn í álpappír á pönnu við meðalháan hita í 2-3 mínútur, eða þar til ilmandi. Látið kólna. Notaðu mortéli með stöpli, eða kryddkvörn, myldu eða malaðu í duft.

b) Vinnið þurrkuðu rækjuna í matvinnsluvél þar til hún verður mjög fínt rifin — myndar „þráð".

c) Setjið mulið piparkorn, rækjumauk og þurrkaðar rækjur með restinni af karrýmaukinu í matvinnsluvél, eða í mortéli með stöpli, og vinnið eða steypið í slétt deig.

d) Skerið lambið í ræmur 5 cm x 2 cm (2 tommur x $\frac{3}{4}$ tommur) og 3 mm (1/8 tommur) þykkar. Hitið olíuna í þykkum potti yfir miðlungshita og bætið við 2-3 matskeiðum af deigi. Hrærið stöðugt og bætið pálmasykrinum við. Þegar pálmasykurinn hefur leyst upp bætið við lambinu, hrærið í um 7 mínútur, eða þar til það er létt gullið.

e) Bætið við kókosrjómanum, 250 ml (9 oz/1 bolli) vatni, tamarind, fiskisósu og bambus. Látið suðuna koma upp, lækkið hitann og látið malla í um 20 mínútur, eða þar til það er mjúkt.

f) Bætið baununum út í og látið malla í 3 mínútur til viðbótar. Kryddið eftir smekk og berið fram.

## 76. Kóríander lamb

Gerir 6 skammta

**Hráefni:**

- 1½ matskeiðar hakkað engifer
- 2½ matskeiðar sítrónusafi
- 1 kg (2 lb 4 oz) lambalæri eða -öxl, skorið í teninga
- 1½ msk kóríanderfræ
- 1 tsk svört piparkorn
- 2 tómatar, saxaðir
- 2 tsk tómatmauk
- 3 langir grænir chili, fræhreinsaðir, saxaðir
- 1 handfylli kóríanderstilkar og rætur, saxaðir gróft
- 3 matskeiðar olía
- 250 ml (9 oz/1 bolli) kjúklingakraftur
- 2 matskeiðar hrein jógúrt
- 1 stór handfylli kóríanderlauf, smátt skorin, til að bera fram

**Leiðbeiningar:**

a) Setjið hvítlauk, engifer, sítrónusafa og nóg af vatni til að mynda deig í matvinnsluvél eða í mortéli með stöpli og vinnið eða hnoðið í slétt deig.

b) Setjið lambið í málmlausa skál, bætið hvítlauksmaukinu út í og blandið vel saman. Lokið og kælið í 2 klst.

c) Þurrsteikið kóríanderfræ og piparkorn á pönnu við meðalháan hita í 2-3 mínútur, eða þar til ilmandi. Látið kólna. Notaðu mortéli með stöpli, eða kryddkvörn, myldu eða malaðu í duft.

d) Setjið malaða kryddið, tómata, tómatmauk, chili og kóríanderstilka og rætur í matvinnsluvél eða í mortéli með stöpli og vinnið eða þjappið í slétt deig.

e) Hitið olíuna í þykkum potti við meðalháan hita. Brúnið lambið í skömmtum. Þegar allt lambið er tilbúið, setjið þið aftur á pönnuna með tómat chilli maukinu og soðinu.

f) Látið suðuna koma upp og lækkið síðan niður í hægan malla, setjið lok á og eldið í $1\frac{1}{2}$ klukkustund, takið lokið af og eldið í 15 mínútur til viðbótar, eða þar til lambið er mjög meyrt. Á meðan á eldun stendur skal rýma allri olíu sem kemur upp á yfirborðið og henda henni.

g) Takið af hellunni og hrærið jógúrtinni varlega í, skreytið með söxuðum kóríanderlaufum og berið fram.

## 77. Lamba- og spínatkarrý

Gerir 6 skammta

**Hráefni:**

- 2 tsk kóríanderfræ
- 1½ tsk kúmenfræ
- 3 matskeiðar olía
- 1 kg (2 lb 4 oz) beinlaus lambalæri eða öxl, skorin í 2,5 cm (1 tommu) teninga
- 4 laukar, smátt saxaðir
- 2 negull
- kardimommublöggur
- 1 kanilstöng
- 10 svört piparkorn
- 4 indversk lárviðarlauf (kassía)
- 3 tsk garam masala
- ¼ tsk malað túrmerik
- 1 tsk paprika
- 1½ msk rifið engifer
- 4 hvítlauksrif, mulin

- 185 g ($6\frac{1}{2}$ oz/$\frac{3}{4}$ bolli) jógúrt í grískri stíl
- 450 g (1 lb) amaranth eða ensk spínatlauf, grófsöxuð

**Leiðbeiningar:**

a) Þurrsteikið kóríander- og kúmenfræin á pönnu við meðalháan hita í 2-3 mínútur, eða þar til ilmandi. Látið kólna. Notaðu mortéli með stöpli, eða kryddkvörn, myldu eða malaðu í duft.

b) Hitið olíuna í eldföstu móti við vægan hita og steikið nokkra kjötbita í einu þar til þeir eru brúnir. Takið úr fatinu.

c) Bætið meiri olíu í réttinn, ef þarf, og steikið laukinn, negulnagla, kardimommublögg, kanilstöng, piparkorn og lárviðarlauf þar til laukurinn er orðinn léttbrúnn. Bætið við kúmeni og kóríander, garam masala, túrmerik og papriku og steikið í 30 sekúndur.

d) Bætið kjötinu, engiferinu, hvítlauknum, jógúrtinu og 425 ml (15 oz) vatni út í og látið suðuna koma upp. Lækkið hitann niður í krauma, setjið lok á og eldið í $1\frac{1}{2}$-2 klukkustundir, eða þar til kjötið er mjög meyrt.

e) Á þessu stigi ætti mest af vatni að hafa gufað upp. Ef svo er ekki skaltu taka lokið af, auka hitann og elda þar til rakinn hefur gufað upp.

f) Eldið spínatið í stutta stund í smá sjóðandi vatni þar til það er rétt að visna og kælið það síðan í köldu vatni. Tæmið vel, saxið síðan smátt. Kreistu út allt aukavatn.

g) Bætið spínatinu út í lambið og eldið í 3 mínútur, eða þar til spínatið og lambið hafa blandast vel saman og allur aukavökvi hefur gufað upp.

## 78. Lambahakk með appelsínu

Gerir 6 skammta

**Hráefni:**

- 3 matskeiðar olía
- 2 laukar, smátt skornir
- 4 hvítlauksrif, mulin
- 3 tsk fínt rifinn engifer
- 2 tsk malað kúmen
- 2 tsk malað kóríander
- 1 tsk malað túrmerik
- 1 tsk cayenne pipar
- 1 tsk garam masala
- 1 kg (2 lb 4 oz) hakkað (malað) lambakjöt
- 90 g (3¼ oz/1/3 bolli) hrein jógúrt
- 250 ml (9 oz/1 bolli) appelsínusafi
- 2 tsk appelsínubörkur
- 1 lárviðarlauf
- 1 langur grænn chilli, fræhreinsaður, fínt skorinn
- 1 handfylli kóríanderlauf, saxað gróft

- 1 handfylli mynta, gróft skorin

**Leiðbeiningar:**

a) Hitið olíuna á stórri steikarpönnu með þykkum grunni yfir meðalhita. Bætið lauknum, hvítlauknum og engiferinu út í og steikið í 5 mínútur. Bætið kúmeni, kóríander, túrmerik, cayenne pipar og garam masala út í og eldið í 5 mínútur til viðbótar.

b) Hækkið hitann í háan, bætið lambahakkinu út í og eldið, hrærið stöðugt í til að brjóta kjötið í sundur. Bætið jógúrtinni út í, einni matskeið í einu, hrærið svo að það blandist vel saman. Bætið appelsínusafanum, börkinum og lárviðarlaufinu út í.

c) Látið suðuna koma upp og lækkið síðan að suðu, lokið á og látið sjóða í 45 mínútur, eða þar til mjúkt. Á meðan á eldun stendur skal rýma allri olíu sem kemur upp á yfirborðið og henda henni.

d) Kryddið vel eftir smekk og hrærið síðan í gegnum græna chilli, kóríander og myntu áður en það er borið fram.

## 79. Minnkað lambakarrí

Gerir 6 skammta

**Hráefni:**

- 1 kg (2 lb 4 oz) lambaöxl, skorin í 2 cm ($\frac{3}{4}$ tommu) teninga
- 4 laukar, fínt skornir
- 3 hvítlauksrif, mulin
- 3 tsk smátt saxað engifer
- 1 tsk cayenne pipar
- 1 tsk túrmerik
- 125 ml (4 oz/$\frac{1}{2}$ bolli) kjúklingakraftur
- 1 handfylli kóríander lauf og stilkar
- 1 handfylli mynta
- 3 langir grænir chili
- 3 matskeiðar sítrónusafi
- 1 tsk sykur

**Leiðbeiningar:**

a) Setjið lamb, lauk, hvítlauk, engifer, cayenne, túrmerik og kjúklingakraft í þykkan pott yfir miðlungshita.

b) Látið suðuna koma upp, lækkið niður í lágan hita, setjið lok á og eldið í 2 klst. Skerið yfirborðið til að fjarlægja olíu og fargið.

c) Setjið kóríanderlaufin og stönglana, myntulaufin, grænan chilli, sítrónusafann og 2 matskeiðar af matreiðsluvökva úr karrýinu í matvinnsluvél eða í mortéli með stöpli og vinnið eða steypið í slétta samkvæmni.

d) Hellið út í lambakjötsblönduna, setjið aftur á hitann þar til það er rétt að malla aftur.

e) Bætið sykrinum út í, kryddið vel eftir smekk og berið fram.

## 80. Lambarísala

Gerir 6 skammta

**Hráefni:**

- 2 laukar, saxaðir
- 1 matskeið rifinn engifer
- 4 hvítlauksrif, mulin
- 1 tsk malaður kanill
- 3 matskeiðar ghee eða olía
- 1 kg (2 lb 4 oz) lambaöxl, skorin í teninga
- 125 g (4½ oz/½ bolli) hrein jógúrt
- 250 ml (9 oz/1 bolli) kjúklingakraftur
- 40 g (1½ oz/½ bolli) stökkur steiktur laukur
- 3 rauð chilli, fræhreinsuð, fínt skorin
- 1 matskeið sykur
- 3 matskeiðar lime safi

**Leiðbeiningar:**

a) Setjið laukinn, engifer, hvítlauk, kanil og 3 matskeiðar af vatni í matvinnsluvél eða í mortéli með stöpli og vinnið eða steikið í slétt deig.

b) Hitið ghee eða olíu í þykkum potti við háan hita. Brúnið lambið í skömmtum og setjið til hliðar.

c) Lækkið hitann í lágan, bætið laukmaukinu út í og eldið í 5 mínútur, hrærið stöðugt í. Setjið lambið aftur á pönnuna og hrærið til að blanda saman, bætið jógúrtinni út í einni skeið í einu, hrærið vel til að blandast saman við.

d) Bætið kjúklingakraftinum saman við og steiktum lauk. Látið suðuna koma upp, setjið lok á og eldið við vægan hita í 2 klst. Á meðan á eldun stendur skal rýma allri olíu sem kemur upp á yfirborðið og henda henni.

e) Þegar lambið er orðið meyrt, bætið þá chili, sykri og limesafa út í og eldið í 5 mínútur í viðbót áður en það er borið fram.

## SVÍNAKARRY

# 81. Svínalundir í grænu karrýi

Gerir 4 skammta

**Hráefni:**

**Fyrir hrygginn:**

- 1/4 bolli sojasósa, lítið natríum
- 2 matskeiðar af appelsínusafa, ferskur
- 1 matskeið af hlynsírópi, hreint
- 1 matskeið af sesamolíu, ristuð
- 1 x 1 & 1/2-lb. svínalund
- Salt, kosher, að vild
- 1 matskeið af vínberjaolíu

**Fyrir samsetningu og sósu:**

- 1 matskeið + 1/2 bolli af vínberjaolíu
- 1 meðalstór, saxaður skalottur
- 1 hvítlauksgeiri
- 1/4 bolli af grænu karrýmauki, tilbúið
- 1 tsk af limebörkur, fínt rifinn
- 1 x 14 & 1/2-oz. dós af kókosmjólk, ósykrað

- 1 matskeið af nektar, agave
- 1 matskeið af lime safi, ferskur
- 1/4 bolli af kóríanderlaufum + aukalega til að bera fram
- Ristað, ósöltuð graskersfræ

**Leiðbeiningar:**

a) Til að undirbúa hrygginn skaltu blanda hlynsírópi, appelsínusafa, sojasósu og sesamolíu saman í stóran matpoka . Bæta við

b) hrygginn, þrýstu svo út lofti og lokaðu pokanum. Snúðu einu sinni á meðan þú kælir í 8 til 12 klukkustundir. Fjarlægðu síðan hrygginn. Fargið marineringunni. Kryddið að vild.

c) Forhitið ofninn í 250F. Hitið olíuna í ofnheldri, stórri pönnu á miðlungs hátt . Snúðu hryggnum af og til á meðan þú eldar í 5-7 mínútur þar til allar hliðar hafa brúnast. Flyttu pönnu í ofninn. Steikið við 250F í 20 til 25 mínútur. Færið kjötið yfir á skurðbrettið og leyfið því að hvíla í 10+ mínútur áður en það er skorið í sneiðar.

d) Hitið 1 matskeið af olíu á stórri pönnu á miðlungshita . Hrærið hvítlauk og skalottlaukur oft á meðan það er soðið í 3-4 mínútur þar til það er mjúkt. Bætið karrýmaukinu og limebörknum út í. Hrærið stöðugt á meðan eldað er í 4-5 mínútur þar til deigið er ilmandi og aðeins dekkra.

e) Bætið kókosmjólkinni út í. Látið blönduna sjóða. Eldið í 20 til 25 mínútur, þar til minnkað um helming. Leyfið karrýblöndunni að kólna.

f) Færið karrýblönduna yfir í matvinnsluvél. Bætið við lime safa, agave, 2 matskeiðar af vatni og 1/4 bolli af kóríander. Blandið þar til það er nokkuð slétt. Bætið við síðasta 1/2 bolla af olíu í einum jöfnum straumi. Blandið síðan þar til sósan er fleytuð og þykk. Flyttu yfir á litla pönnu. Hitið á miðlungs þar til það er orðið heitt í gegn. Berið fram svínakjöt og sósu skreytt með graskersfræjum og kóríander.

## 82. Epli og svínakarrí

Gerir 8 skammta

**Hráefni:**

- 2 pund. af 1"-teningum svínahryggsteik, beinlaus
- 1 skrælt, saxað epli, meðalstórt
- 1 saxaður laukur, lítill
- 1/2 bolli appelsínusafi
- 1 hakkað hvítlauksrif
- 1 tsk af kornuðu kjúklingabollu
- 1 matskeið af karrýdufti
- 1/2 tsk af kosher salti
- 1/2 tsk af engifer, malað
- 1/4 tsk kanill, malaður
- 2 matskeiðar af maíssterkju
- 2 matskeiðar af vatni, kalt
- Valfrjálst: soðin, heit hrísgrjón
- 1/4 bolli af ristaðri, rifnum, sætri kókos
- 1/4 bolli af rúsínum

**Leiðbeiningar:**

a) Blandaðu saman fyrstu 10 ofangreindu hráefnin í litlum hægum eldavél. Lokið hæga eldavélinni. Eldið á lágu hitastigi í 6 klukkustundir (má vera minna, svo lengi sem kjötið verður meyrt).

b) Hækkaðu hæga eldavélina í háa stillingu. Í lítilli blöndunarskál, blandaðu vatni og maíssterkju saman þar til það er slétt. Bætið við og hrærið í hæga eldavélinni. Settu hlífina aftur á. Hrærið einu sinni á meðan eldað er þar til það þykknar, 1/2 klukkustund. Berið fram með hrísgrjónum á diskum eða í skálum. Stráið kókos og rúsínum ofan á, ef það er notað.

## 83. Karrý-grillað svínakjöt

Gerir 4 skammta

**Hráefni:**

- 1 x 13 & 1/2-oz. dós af kókosmjólk, ósykrað
- 2 matskeiðar af fiskisósu
- 2 matskeiðar af sojasósu, lítið natríum
- 1 matskeið af sykri, kornótt
- 1 teskeið af salti, kosher
- 3/4 teskeiðar af pipar, hvítur
- 1/2 tsk af túrmerik, malað
- 1/2 tsk af karrýdufti
- 3/4 bolli af þéttri mjólk, sætt
- 1 og 1/2 pund. af 4 x 1/2" strimlaskornum svínaaxli, beinlaus
- 4 únsur. af 1/2"-skornum bitum fatback

**Leiðbeiningar:**

a) Sjóðið kókosmjólk, sojasósu, fiskisósu, salt, mulinn pipar, sykur, túrmerik og karríduft á meðalstórri pönnu á meðan hrært er af og til.

Dragðu úr hitanum. Látið malla í 10 til 15 mínútur þar til bragðið er blandað saman og sósubólur.

b) Flyttu blönduna yfir í stóra skál. Látið kólna aðeins og hrærið svo niðursoðnu mjólkinni saman við. Smakkið sósuna til og kryddið að vild.

c) Bætið svínakjöti út í. Kasta á meðan þú nuddar svínakjöti með því að nota hendurnar. Þekja. Kældu í klukkutíma.

d) Undirbúðu grillið fyrir meðalháan hita.

e) Þræðið 1 stykki fatback á miðjuna á teini. Þráður á svínakjöt. Snúið öðru hverju á meðan grillað er í 4-5 mínútur, þar til það er fulleldað og létt kulnað. Berið fram.

## 84. Svínakarrý með eggaldin

Gerir 6 skammta

**Hráefni:**

- 4 langir rauðir chili, klofnir langsum, fræhreinsaðir
- 1 þykk sneið galangal, saxuð
- 1 vorlaukur (laukur), saxaður
- 2 hvítlauksgeirar, saxaðir
- 2 kóríanderrætur, saxaðar
- 1 sítrónugrasstilkur, aðeins hvítur hluti, þunnar sneiðar
- 1 tsk malaður hvítur pipar
- 1 tsk rækjumauk
- 1 tsk fiskisósa
- 2 matskeiðar stökkt hnetusmjör
- 600 g (1 lb 5 oz) svínaaxli
- 1 þykk sneið engifer
- 2 matskeiðar rakaður pálmasykur
- 80 ml ($2\frac{1}{2}$ oz/1/3 bolli) fiskisósa
- 400 ml (14 oz) kókosrjómi (ekki hrista dósina)

- 250 g (9 oz) eggaldin (aubergín) skorið í 2 cm ($\frac{3}{4}$ tommu) teninga
- 225 g (8 oz) bambussprotar úr dós eða 140 g (5 oz) tæmd, sneið
- 1 stór handfylli taílensk basilíka, saxuð

**Leiðbeiningar:**

a) Setjið klofna chili í grunna skál og hellið yfir nógu heitt vatn til að það nái aðeins yfir og hvílist í 15 mínútur, eða þar til það er mjúkt. Tæmdu, geymdu 1 matskeið af bleytivökvanum.

b) Setjið chili og frátekinn bleyti með afganginum af karrýmaukinu, nema hnetusmjörinu, í matvinnsluvél eða í mortéli með stöpli og vinnið eða steypið í slétt deig. Hrærið hnetusmjörinu saman við.

c) Skerið svínakjötið í 1 cm ($\frac{1}{2}$ tommu) þykkar sneiðar. Setjið í pott og hyljið með vatni. Bætið engifersneiðinni, 1 msk af pálmasykrinum og 1 msk af fiskisósunni út í.

d) Látið suðuna koma upp við háan hita, lækkið síðan að suðu og sjóðið í 20-25 mínútur, eða þar til kjötið er meyrt.

e) Takið af hellunni og leyfið kjötinu að kólna í fljótandi soðinu. Sigtið síðan og geymið 250 ml (9 oz/1 bolli) af eldunarvökvanum.

f) Setjið þykka kókosrjómann ofan af forminu í pott, látið sjóða hratt við meðalhita, hrærið í af og til og eldið í 5-10 mínútur, eða þar til blandan „klofar" (olían fer að skiljast).

g) Bætið karrýmaukinu og afgangnum af pálmasykri og fiskisósu út í og látið suðuna koma upp. Lækkið að suðu og eldið í um 3 mínútur, eða þar til ilmandi.

h) Bætið svínakjöti, eggaldininu, bambussneiðum, fráteknum svínakjötsvökvanum og kókosrjómanum sem eftir er út í.

i) Hækkið hitann og látið suðuna koma upp aftur áður en sjóðið er niður í suðuna og soðið í 20-25 mínútur í viðbót, eða þar til eggaldinið er mjúkt og sósan hefur þykknað aðeins. Toppið með basilíkublöðunum.

## 85. Sri Lanka steikt svínakarrý

Gerir 6 skammta

**Hráefni:**

- 80 ml (2½ oz/1/3 bolli) olía
- 1,25 kg (2 lb 12 oz) úrbeinað svínaaxli, skorið í 3 cm (1¼ tommu) teninga
- 1 stór rauðlaukur, smátt saxaður
- 3-4 hvítlauksrif, mulin
- 1 matskeið rifinn engifer
- 10 karríblöð
- 1 tsk fenugreek fræ
- 1 tsk chilli duft
- 6 kardimommubelgir, marinir
- 2½ matskeiðar karrýduft frá Sri Lanka
- 1 matskeið hvítt edik
- 3 matskeiðar tamarindþykkni
- 270 ml (9½ oz) kókosrjómi

**Leiðbeiningar:**

a) Hitið helminginn af olíunni í stórum potti við háan hita, bætið kjötinu út í og eldið í lotum í 6 mínútur, eða þar til það er vel brúnt. Takið af pönnunni. Hitið olíuna sem eftir er, bætið lauknum út í og steikið við miðlungshita í 5 mínútur, eða þar til hann er ljósbrúnn.

b) Bætið hvítlauknum og engiferinu út í og eldið í 2 mínútur. Hrærið karrílaufunum, kryddinu og karríduftinu saman við og eldið í 2 mínútur, eða þar til ilmandi. Hrærið ediki og 1 tsk salti saman við.

c) Setjið kjötið aftur á pönnuna, bætið við tamarindþykkni og 310 ml ($10\frac{3}{4}$ oz/$1\frac{1}{4}$ bolli) af vatni og látið malla, undir loki, hrærið af og til í 40-50 mínútur, eða þar til kjötið er meyrt.

d) Hrærið kókosrjómanum út í og látið malla, án loks, í 15 mínútur, eða þar til sósan hefur minnkað og þykknað aðeins. Berið fram strax.

# 86. Svínakjöt vindaloo

Gerir 4 skammta

**Hráefni:**

- 1 kg (2 lb 4 oz) svínaflök
- 3 matskeiðar olía
- 2 laukar, smátt saxaðir
- 4 hvítlauksrif, mulin
- 1 matskeið smátt saxað engifer
- 1 matskeið garam masala
- 2 tsk brúnt sinnepsfræ
- 4 matskeiðar tilbúið vindaloo-mauk

**Leiðbeiningar:**

a) Snyrti svínaflakið af umframfitu og sinum og skerið í hæfilega stóra bita.

b) Hitið olíuna í potti, bætið kjötinu út í í litlum skömmtum og eldið við meðalhita í 5-7 mínútur, eða þar til það er brúnt. Takið af pönnunni.

c) Bætið lauknum, hvítlauknum, engiferinu, garam masala og sinnepsfræjunum á pönnuna og eldið, hrærið í, í 5 mínútur, eða þar til laukurinn er mjúkur.

d) Setjið allt kjötið aftur á pönnuna, bætið vindaloo-maukinu út í og eldið, hrærið, í 2 mínútur. Bætið við 625 ml (21½ oz/2½ bollar) vatni og látið suðuna koma upp.

e) Lækkið hitann og látið malla undir loki í 1½ klukkustund eða þar til kjötið er meyrt.

## 87. Svínakjöt og kardimommukjöt

Gerir 4 skammta

**Hráefni:**

- 10 kardimommur
- 6 cm (2½ tommu) stykki engifer, saxað
- 3 hvítlauksrif, mulin
- 2 tsk svört piparkorn
- 1 kanilstöng
- 1 laukur, fínt skorinn
- 1 tsk malað kúmen
- 1 tsk malað kóríander
- 1 tsk garam masala
- 3 matskeiðar olía
- 1 kg (2 lb 4 oz) svínaflök, þunnar sneiðar
- 2 tómatar, smátt skornir
- 125 ml (4 oz/½ bolli) kjúklingakraftur
- 125 ml (4 oz/½ bolli) kókosmjólk

**Leiðbeiningar:**

a) Myljið kardimommubungurnar létt með sléttu hliðinni á þungum hníf. Fjarlægðu fræin, fargaðu fræbelgjunum.

b) Setjið fræin og afganginn af karrýmaukinu í matvinnsluvél eða í mortéli með stöpli og vinnið eða steypið í slétt deig.

c) Setjið 2½ matskeiðar af olíu á stóra pönnu og steikið svínakjötið í skömmtum þar til það er brúnt, setjið síðan til hliðar.

d) Bætið olíunni sem eftir er á pönnuna, bætið svo karrýmaukinu út í og eldið við meðalháan hita í 3-4 mínútur, eða þar til arómatískt.

e) Bætið tómötunum, kjúklingakraftinum og kókosmjólkinni út í og látið malla undir loki við vægan-miðlungshita í 15 mínútur.

f) Á meðan á eldun stendur skal rýma allri olíu sem kemur upp á yfirborðið og henda henni.

g) Bætið svínakjötinu við sósuna og látið malla án loksins í 5 mínútur, eða þar til það er eldað.

## 88. Fimm krydda svínakarrý

Gerir 4 skammta

**Hráefni:**

- 500 g (1 lb 2 oz) svínakjötsrif
- 1½ matskeiðar olía
- 2 hvítlauksrif, mulin
- 190 g (6¾ oz) steikt tofu púst
- 1 matskeið smátt saxað engifer
- 1 tsk fimm krydd
- 1 tsk malaður hvítur pipar
- 3 matskeiðar fiskisósa
- 3 matskeiðar sæt sojasósa
- 2 matskeiðar létt sojasósa
- 35 g (1¼ oz/¼ bolli) rakaður pálmasykur
- 1 lítil handfylli kóríanderlauf, saxað
- 100 g (3½ oz), snjóbaunir þunnar sneiðar

**Leiðbeiningar:**

a) Skerið vararibbein í 2,5 cm (1 tommu) þykka bita, fargið öllum litlum beinum. Setjið í pott og setjið köldu vatni yfir. Látið suðuna koma upp, lækkið síðan að suðu og eldið í 5 mínútur. Tæmið og setjið til hliðar.

b) Hitið olíuna í þykkum potti við meðalháan hita. Bætið svínakjöti og hvítlauk út í og hrærið þar til það er léttbrúnað.

c) Bætið restinni af hráefninu nema snjóbaunum, auk 560 ml (19¼ oz/2¼ bollar) af vatni.

d) Setjið lok á, látið suðuna koma upp, lækkið að suðu og eldið, hrærið af og til, í 15-18 mínútur, eða þar til svínakjötið er meyrt.

e) Hrærið snjóbaununum saman við og berið fram.

## 89. Grænt jurt svínakarrý

Gerir 6 skammta

**Hráefni:**

- 2 tsk kóríanderfræ
- 2 tsk fennel fræ
- 1 tsk malaður hvítur pipar
- $1\frac{1}{2}$ msk rifið engifer
- 6 hvítlauksrif, mulin
- 2 laukar, saxaðir
- 3 matskeiðar olía
- 1 kg (2 lb 4 oz) svínaöxl, skorin í 2 cm ($\frac{3}{4}$ tommu) teninga
- 250 ml (9 oz/1 bolli) kjúklingakraftur
- 125 g ($4\frac{1}{2}$ oz/$\frac{1}{2}$ bolli) hrein jógúrt
- 1 stór handfylli kóríander
- 1 stór handfylli dill, gróft saxað

**Leiðbeiningar:**

a) Þurrsteikið kóríander- og fennelfræ á pönnu við meðalháan hita í 2-3 mínútur, eða þar til ilmandi.

Látið kólna. Notaðu mortéli með stöpli, eða kryddkvörn, myldu eða malaðu í duft.

b) Setjið malað kóríander- og fennelfræ ásamt pipar, engifer, hvítlauk og lauk í matvinnsluvél eða í mortéli með stöpli og vinnið eða þjappið í slétt deig. Bætið við smá vatni ef það er of þykkt.

c) Hitið 2 matskeiðar af olíunni í þykkum potti við háan hita og brúnið svínakjötið í lotum. Setja til hliðar.

d) Lækkið hitann í lágan og bætið svo olíunni sem eftir er út í og eldið krydd- og laukmaukið, hrærið stöðugt í, í 5-8 mínútur. Bætið svínakjötinu aftur á pönnuna og hrærið til að hjúpa með deiginu.

e) Bætið kjúklingakraftinum út í, hækkið hitann í háan og látið suðuna koma upp, lækkið síðan niður í mjög rólega krauma, setjið lok á og eldið í 2-2½ klukkustund, eða þar til svínakjötið er mjög meyrt. Hrærið af og til á meðan á eldun stendur og eyjið olíu sem kemur upp á yfirborðið og fargið.

f) Setjið jógúrt, saxað kóríander, dill og 3 matskeiðar af eldunarvökvanum úr svínakjöti í könnu eða skál og blandið með stavblöndunartæki þar til það er slétt og bætið svo aftur út í svínakjötið.

g) Takið af hitanum, kryddið vel eftir smekk og berið fram.

## 90. Svínakjöt, hunang og möndlu karrý

Gerir 4 skammta

**Hráefni:**

- 1 kanilstöng
- 3 kardimommur
- 750 g (1 lb 10 oz) beinlaus svínaöxl
- 1 matskeið olía
- 2 matskeiðar hunang
- 3 hvítlauksrif, mulin
- 2 laukar, saxaðir
- 150 ml (5 oz) kjúklingakraftur
- 1 tsk malað túrmerik
- 1 tsk malaður svartur pipar
- 1 tsk rifinn sítrónubörkur
- 1 tsk rifinn appelsínubörkur
- 250 g (9 oz/1 bolli) hrein jógúrt
- 30 g (1 oz/¼ bolli) sneiddar möndlur, ristaðar
- 1 lítil handfylli kóríanderlauf, saxað
- 1 lítil handfylli flatblaða (ítalsk) steinselja, saxuð

**Leiðbeiningar:**

a) Þurrsteikið kanil og kardimommur á pönnu við meðalháan hita í 2-3 mínútur, eða þar til ilmandi. Látið kólna. Notaðu mortéli með stöpli, eða kryddkvörn, myldu eða malaðu í duft.

b) Skerið svínakjötið í 2 cm ($\frac{3}{4}$ tommu) teninga. Hitið olíuna og hunangið í þykkum potti við meðalhita. Bætið svínakjötinu, hvítlauknum og lauknum saman við og eldið í 8-10 mínútur, eða þar til laukurinn er orðinn hálfgagnsær og svínakjötið ljósgyllt.

c) Bætið við 200 ml (7 oz) vatni og kjúklingakraftinum, látið suðuna koma upp og lækkið síðan að suðu, setjið lok á og eldið, hrærið af og til, í 1 klukkustund og 15 mínútur, eða þar til svínakjötið er meyrt.

d) Takið lokið af og látið sjóða hratt í 10 mínútur, eða þar til mestur vökvinn hefur frásogast. Bætið við muldu kryddinu, túrmerik, pipar, 1 tsk salti og sítrusberki og látið malla í 3-4 mínútur til viðbótar.

e) Til að bera fram, hitið varlega aftur, hrærið jógúrtinni, möndlunum, söxuðu kóríander og flatlaufasteinselju saman við.

# KORN/KORN KARRI

## 91. Linsukarrý

Gerir 10 skammta

**Hráefni:**

- 4 bollar af vatni, síað
- 1 x 28 oz. dós af tómötum, mulið
- 3 skrældar, sneiddar meðalstórar kartöflur
- 3 þunnt sneiðar meðal gulrætur
- 1 bolli af þurrkuðum, skoluðum linsum
- 1 saxaður stór laukur
- 1 saxað rif af sellerí
- 4 teskeiðar af karrýdufti
- 2 lárviðarlauf, þurrkuð
- 2 söxuð hvítlauksrif
- 1 & 1/4 teskeið af salti, kosher

**Leiðbeiningar:**

a) Sameina fyrstu 10 ofangreindu hráefnin í hægum eldavél.

b) Eldið á háu hita þar til linsubaunir og grænmeti eru mjúkir, um 6 klukkustundir.

c) Saltið og hrærið. Fargið lárviðarlaufunum og berið fram.

## 92. Blómkál og kjúklingakarrí

Gerir 4 skammta

**Hráefni:**

- 2 pund. af skrældar, 1/2"-teninga kartöflur
- 1 lítill blómkálshaus skorinn í blómkál
- 1 x 15 oz. dós af skoluðum, tæmdum kjúklingabaunum
- 2 teskeiðar af karrýdufti
- 3 matskeiðar af olíu, ólífuolía
- 3/4 teskeiðar af salti, kosher
- 1/4 tsk pipar, svartur
- 3 matskeiðar af hakkaðri steinselju eða kóríander

**Leiðbeiningar:**

a) Húðaðu 15" x 10" x 1" eldunarpönnu með því að nota non-stick úða. Forhitið ofninn í 400F.

b) Settu fyrstu sjö hráefnin í stóra skál og húðaðu með því að henda. Flyttu þær yfir á eldunarpönnu.

c) Steikið í 400F ofni í 30 til 35 mínútur á meðan hrært er af og til þar til grænmetið er orðið mjúkt. Stráið kóríander eða steinselju yfir. Berið fram.

## 93. Kjúklingabaunir og kínóa karrý

Gerir 4 skammta

**Hráefni:**

- 1 & 1/2 bollar af vatni, síað
- 1/2 bolli appelsínusafi
- 1 x 15 oz. dós af skoluðum, tæmdum garbanzo baunum eða kjúklingabaunum
- 2 fræhreinsaðir, saxaðir tómatar, meðalstórir
- 1 meðalstór rauð paprika, sæt
- 1 bolli skolað kínóa
- 1 smátt saxaður laukur, rauður
- 1 tsk af karrýdufti
- 1/2 bolli af rúsínum, gylltum eða dökkum
- 1/2 bolli hakkað kóríander, ferskt

**Leiðbeiningar:**

a) Á stórri pönnu skaltu sjóða vatnið og ferskan eða flösku appelsínusafann. Bætið við og hrærið saman við tómötum, kjúklingabaunum, kínóa, rauðum paprikum, lauk, karrýi og rúsínum. Setjið blönduna aftur að suðu. Lækkið síðan hitann.

b) Lokið pönnu. Látið malla þar til blandan dregur í sig vökvann, 15 til 20 mínútur.

c) Takið pönnuna af hitanum. Húðið og stráið kóríander yfir karrýblönduna. Berið fram heitt.

## 94. Dal karrí

Gerir 4 skammta

**Hráefni:**

- 200 g (7 oz/$\frac{3}{4}$ bolli) rauðar linsubaunir
- 3 þykkar sneiðar engifer
- 1 tsk malað túrmerik
- 1 matskeið ghee eða olía
- 2 hvítlauksrif, mulin
- 1 laukur, smátt saxaður
- 1 tsk gul sinnepsfræ
- klípa asafoetida, valfrjálst
- 1 tsk kúmenfræ
- 1 tsk malað kóríander
- 2 grænir chili, helmingaðir eftir endilöngu
- 2 matskeiðar sítrónusafi

**Leiðbeiningar:**

a) Setjið linsubaunir og 750 ml (26 oz/3 bollar) vatn í pott og látið suðuna koma upp. Lækkið hitann, bætið engiferinu og túrmerikinu út í og látið malla, undir loki, í 20 mínútur, eða þar til linsurnar eru mjúkar. Hrærið af og til til að koma í veg fyrir að linsurnar festist við pönnuna. Fjarlægðu engiferið og kryddaðu linsubaunablönduna með salti.

b) Hitið ghee eða olíu á pönnu, bætið hvítlauknum, lauknum og sinnepsfræjunum út í og eldið við meðalhita í 5 mínútur, eða þar til laukurinn er gullinn.

c) Bætið asafoetida, kúmenfræjum, möluðum kóríander og chilli saman við og eldið í 2 mínútur.

d) Bætið laukblöndunni við linsurnar og hrærið varlega til að blandast saman. Bætið við 125 ml (4 oz/½ bolli) vatni, lækkið hitann í lágan og eldið í 5 mínútur. Hrærið sítrónusafanum út í og berið fram.

## 95. Dum aloo

Gerir 6 skammta

**Hráefni:**

- 4 kardimommubelgir
- 1 tsk rifinn engifer
- 2 hvítlauksrif, mulin
- 3 rauð chili
- 1 tsk kúmenfræ
- 40 g (1½ oz/¼ bolli) kasjúhnetur
- 1 matskeið hvít valmúafræ
- 1 kanilstöng
- 6 negull
- 1 kg (2 lb 4 oz) alhliða kartöflur, skornar í teninga
- 2 laukar, saxaðir gróft
- 2 matskeiðar olía
- ½ tsk malað túrmerik
- 1 tsk kjúklingabaunamjöl
- 250 g (9 oz/1 bolli) hrein jógúrt

- kóríanderlauf, til að skreyta

**Leiðbeiningar:**

a) Myljið kardimommubungurnar létt með sléttu hliðinni á þungum hníf. Fjarlægðu fræin, fargaðu fræbelgjunum.

b) Setjið fræin og afganginn af karrýmaukinu í matvinnsluvél eða í mortéli með stöpli og vinnið eða steypið í slétt deig.

c) Látið suðu koma upp í stórum potti af léttsöltu vatni. Bætið kartöflunni út í og eldið í 5-6 mínútur, eða þar til þær eru aðeins mjúkar, hellið síðan af.

d) Setjið laukinn í matvinnsluvél og vinnið í stuttum skömmtum þar til hann er smátt saxaður en ekki maukaður.

e) Hitið olíuna í stórum potti, bætið lauknum út í og steikið við vægan hita í 5 mínútur. Bætið karrýmaukinu út í og eldið, hrærið í, í 5 mínútur til viðbótar, eða þar til ilmandi. Hrærið kartöflunni, túrmerikinu, salti eftir smekk og 250 ml (9 oz/1 bolli) köldu vatni saman við.

f) Lækkið hitann og látið malla, vel lokið, í 10 mínútur, eða þar til kartöflurnar eru soðnar en brotnar ekki í sundur og sósan hefur þykknað aðeins.

g) Blandið besaninu saman við jógúrtina, bætið við kartöflublönduna og eldið, hrærið, við lágan hita í 5 mínútur, eða þar til það þykknar aftur.

h) Skreytið með kóríanderlaufum og berið fram.

## 96. Paneer og baunakarrý

Gerir 5 skammta

**Hráefni:**

**Paneer**

- 2 lítrar (70 oz/8 bollar) mjólk
- 80 ml (2½ oz/1/3 bolli) sítrónusafi
- olía til djúpsteikingar

**Karrýmauk**

- 2 stórir laukar
- 3 hvítlauksrif
- 1 tsk rifinn engifer
- 1 tsk kúmenfræ
- 3 þurrkaðir rauðir chili
- 1 tsk kardimommufræ
- 4 negull
- 1 tsk fennel fræ
- 2 stykki kassia gelta
- 500 g (1 lb 2 oz) baunir
- 2 matskeiðar olía

- 400 ml (14 oz) tómatpassata (maukaðir tómatar)
- 1 matskeið garam masala
- 1 tsk malað kóríander
- 1 tsk malað túrmerik
- 1 msk rjómi (þeyttur) kóríanderlauf, til að bera fram

**Leiðbeiningar:**

a) Setjið mjólkina í stóran pott, látið suðuna koma upp, hrærið sítrónusafanum út í og slökkvið á hitanum. Hrærið í blöndunni í 1-2 sekúndur þar sem hún hrynur.

b) Setjið í sigti og látið standa í 30 mínútur þar til mysunni rennur af. Setjið paneer ostinn á hreint, flatt yfirborð, hyljið með diski, vegið niður og látið standa í að minnsta kosti 4 klukkustundir.

c) Setjið allt hráefnið í karrýmaukið í matvinnsluvél, eða í mortéli með stöpli, og vinnið eða hnoðið í slétt deig.

d) Skerið gegnheilu rúðuna í 2 cm ($\frac{3}{4}$ tommu) teninga. Fylltu djúpan, þungan pott með þriðjungi af olíu og hitaðu í 180°C (350°F), eða þar til brauðteningur brúnast á 15 sekúndum. Eldið paneerinn í lotum í 2-3 mínútur, eða þar til hann er gullinn. Tæmið á pappírshandklæði.

e) Látið suðuna koma upp í potti af vatni, bætið baununum út í og sjóðið í 3 mínútur, eða þar til þær eru mjúkar. Tæmið og setjið til hliðar.

f) Hitið olíuna í stórum potti, bætið karrýmaukinu út í og eldið við meðalhita í 4 mínútur, eða þar til ilmandi. Bætið maukuðum tómötum, kryddi, rjóma og 125 ml (4 oz/$\frac{1}{2}$ bolli) af vatni út í. Kryddið með salti og látið malla við meðalhita í 5 mínútur.

g) Bætið paneer og baunum út í og eldið í 3 mínútur. Skreytið með kóríanderlaufum og berið fram.

## ÁVINTAKARRY

## 97. Heitt og súrt ananaskarrí

Gerir 6 skammta

**Hráefni:**

- 1 hálfþroskaður ananas, kjarnhreinsaður, skorinn í bita
- ½ tsk malað túrmerik
- 1 stjörnu anís
- 1 kanilstöng, brotinn í litla bita
- 7 negull
- 7 kardimommubelgir, marinir
- 1 matskeið olía
- 1 laukur, smátt saxaður
- 1 tsk rifinn engifer
- 1 hvítlauksgeiri, pressaður
- 5 rauð chili, saxaður
- 1 matskeið sykur
- 3 matskeiðar kókosrjómi

**Leiðbeiningar:**

a) Setjið ananasinn í pott, setjið vatn yfir og bætið túrmerikinu út í. Setjið stjörnuanís, kanil, negul og kardimommubunga á ferning af múslíni og bindið tryggilega með bandi.

b) Bætið á pönnuna og eldið við meðalhita í 10 mínútur. Kreistu pokann til að draga út hvaða bragð sem er og fargið síðan. Geymið matreiðsluvökvann.

c) Hitið olíuna á pönnu, bætið lauknum, engiferinu, hvítlauknum og chilli út í og eldið, hrærið í, í 1-2 mínútur, eða þar til ilmandi. Bætið við ananasnum og matreiðsluvökvanum, sykri og salti eftir smekk.

d) Eldið í 2 mínútur og hrærið síðan kókosrjómanum saman við. Eldið, hrærið, við lágan hita í 3-5 mínútur, eða þar til sósan þykknar. Berið þetta karrí fram heitt eða kalt.

# 98. Sætt svínakjöt & ananaskarrí

Gerir 4 skammta

**Hráefni:**

- 500 g (1 lb 2 oz) beinlaus svínakjöt, snyrt af umframfitu
- 1 matskeið olía
- 3 hvítlauksrif, mulin
- 125 ml (4 oz/½ bolli) brúnt malt edik
- 45 g (1½ oz/¼ bolli) pálmasykur (jaggery), rakaður
- 3 matskeiðar tómatmauk
- 1 tómatur, skorinn í báta
- 1 laukur, skorinn í þunnar báta
- 90 g (3¼ oz/½ bolli) ananas, skorinn í bita
- 1 gúrka, helminguð langsum, fræhreinsuð, skorin í sneiðar
- 1 rauð paprika (pipar), skorin í strimla
- 2½ matskeiðar saxaður jalapeño chili
- 2 vorlaukar (skál), skornir í 5 cm (2 tommu) bita
- 1 lítil handfylli kóríanderlauf

**Leiðbeiningar:**

a) Skerið svínakjötið í 3 cm ($1\frac{1}{4}$ tommu) teninga. Hitið olíuna í stórum potti yfir meðalhita.

b) Bætið svínakjöti og hvítlauk út í og eldið í 4-5 mínútur, eða þar til svínakjötið er léttbrúnað.

c) Í öðrum potti skaltu hræra ediki, pálmasykri, $\frac{1}{2}$ teskeið af salti og tómatmauki við meðalhita í 3 mínútur, eða þar til pálmasykurinn er uppleystur.

d) Bætið edikblöndunni við svínakjötið ásamt tómötum, lauk, ananas, agúrku, papriku og jalapeños.

e) Látið suðuna koma upp, lækkið síðan að suðu og eldið í 8-10 mínútur, eða þar til svínakjötið er meyrt. Hrærið vorlauk og kóríander saman við og berið fram.

## 99. Svínakjöt og beiskt melóna karrý

Gerir 4 skammta

**Hráefni:**

- 6 bitur melóna, um 700 g (1 lb 9 oz) samtals
- 2 matskeiðar sykur

**Svínakjötsfylling**

- 250 g (9 oz) hakkað (malað) svínakjöt
- 1 tsk hakkað engifer
- 1 tsk hvít piparkorn, mulin
- 1 hvítlauksgeiri, pressaður
- 1 vorlaukur (laukur), smátt saxaður
- 1 tsk paprika
- 2 matskeiðar smátt saxaðar vatnskastaníur
- 2 kaffir lime lauf, þunnar sneiðar $1\frac{1}{2}$ msk muldar jarðhnetur
- 1 lítil handfylli kóríanderlauf, saxað
- 1 matskeið rakaður pálmasykur (jaggery)
- 1 msk fiskisósa
- 3 matskeiðar olía

- 1 matskeið tilbúið rautt karrýmauk
- 1 matskeið rakaður pálmasykur (jaggery)
- 1 matskeið fiskisósa
- 250 ml (9 oz/1 bolli) kókosrjómi
- 4 kaffir lime lauf

**Leiðbeiningar:**

a) Fleygðu endum beiskju melónunnar og skerið síðan í 2,5 cm (1 tommu) sneiðar. Hola út trefjamiðjuhimnuna og fræin með litlum hníf og skilja ytri hringina eftir ósnortna.

b) Hitið 750 ml (26 oz/3 bolla) vatn að suðu ásamt sykrinum og 3 tsk salti. Blasaðu melónuna í 2 mínútur og skolaðu hana af.

c) Blandið öllu hráefninu fyrir svínafyllinguna saman. Pakkaðu þessu í melónubitana. Hitið 2 matskeiðar af olíunni í þykkum potti við lágan hita og bætið melónunni út í, eldið í 3 mínútur á hvorri hlið, eða þar til svínakjöt er gullið og lokað. Setja til hliðar.

d) Bætið afganginum af olíunni á pönnuna með rauða karrýmaukinu. Hrærið í 3 mínútur, eða þar til arómatískt.

e) Bætið pálmasykrinum og fiskisósunni út í og hrærið þar til það er uppleyst. Bætið við kókosrjómanum, 250 ml (9 oz/1 bolli) vatni og kaffir lime laufum.

f) Látið malla í 5 mínútur og bætið síðan beiska melónunni varlega út í. Haltu áfram að malla, snúðu svínakjöti hálfa leið, í 20 mínútur, eða þar til svínakjöt er soðið og melónan mjúk.

## 100. Snapper með grænum bönunum og mangó

Gerir 4 skammta

**Hráefni:**

- 3 tsk kóríanderfræ
- 1 tsk kúmenfræ
- 2-3 þurrkaðir langir rauðir chili
- 2 sítrónugrasstilkar, aðeins hvítur hluti, fínt skorinn
- 3 rauðir asískir skalottlaukar, smátt saxaðir
- 2 hvítlauksrif, mulin
- 1 tsk malað túrmerik
- 1 tsk rækjumauk
- 1 tsk malað túrmerik
- 1 lítill grænn banani eða plantain, þunnar sneiðar
- 3 matskeiðar kókosrjómi
- 1 msk fiskisósa
- 1 tsk rakaður pálmasykur (jaggery
- 400 g (14 oz) snapper eða önnur roðlaus, þétt hvít fiskflök, skorin í stóra teninga
- 315 ml (10¾ oz/1¼ bollar) kókosmjólk

- 1 lítið mangó, nýþroskað, skorið í þunnar sneiðar
- 1 langur grænn chilli, fínt skorinn
- 12 taílensk basilíkublöð

**Leiðbeiningar:**

a) Þurrsteikið kóríander- og kúmenfræin á pönnu við meðalháan hita í 2-3 mínútur, eða þar til ilmandi. Látið kólna. Notaðu mortéli með stöpli, eða kryddkvörn, myldu eða malaðu í duft.

b) Leggið chili í bleyti í sjóðandi vatni í 5 mínútur, eða þar til mjúkt. Fjarlægðu stilkinn og fræin og saxaðu síðan.

c) Setjið chili, malaða kóríander og kúmenfræ ásamt afgangi af karrýmaukinu í matvinnsluvél eða í mortéli með stöpli og vinnið eða þjappið í slétt deig. Bætið við smá olíu ef hún er of þykk.

d) Hitið lítinn pott af vatni að suðu. Bætið 1 teskeið af salti, túrmerik og bananasneiðum út í og látið malla í 10 mínútur og hellið síðan af.

e) Setjið kókosrjómann í pott, látið sjóða hratt við meðalhita, hrærið af og til, og látið malla í 5-10 mínútur, eða þar til blandan „klofar" (olían byrjar að skilja sig). Bætið 2 matskeiðum af karrýmaukinu saman við, hrærið vel saman og eldið þar til það er ilmandi. Bætið fiskisósunni og sykri út í og eldið í 2 mínútur í viðbót eða þar til blandan er farin að dökkna.

f) Bætið fiskbitunum saman við og hrærið vel saman til að húða fiskinn í karrýblöndunni. Bætið kókosmjólkinni rólega út í þar til allt hefur verið blandað saman.

g) Bætið banananum, mangóinu, græna chilli og basilíkublöðunum út á pönnuna og hrærið varlega til að sameina allt hráefnið.

h) Eldið í 1-2 mínútur í viðbót, berið svo fram.

# NIÐURSTAÐA

Þessi karrýmatreiðslubók hefur sýnt þér hvernig á að nota mismunandi hráefni til að hafa áhrif á einstakt, kryddað bragð í mörgum karrýréttum. Hvort sem þú undirbýr rétt með nautakjöti, lambakjöti, svínakjöti eða grænmeti, þá munu þessir ekta karrýréttir örugglega gleðja fjölskyldu þína og gesti.

www.ingramcontent.com/pod-product-compliance
Lightning Source LLC
LaVergne TN
LVHW011158061026
849535LV00003B/785